நீடாமங்கலம்
சாதியக் கொடுமையும் திராவிட இயக்கமும்

நீடாமங்கலம்
சாதியக் கொடுமையும் திராவிட இயக்கமும்

ஆ. திருநீலகண்டன் (பி. 1968)

திருநெல்வேலி ம.தி.தா. இந்துக் கல்லூரியின் வரலாற்றுத் துறையில் இணைப் பேராசிரியர். 'திராவிட இயக்கமும் தாழ்த்தப்பட்டோரும்' என்ற தலைப்பில் ஆய்வு செய்து முனைவர் பட்டம் பெற்றவர். ஏ.என். சட்டநாதனின் 'ஒரு சூத்திரனின் கதை' (காலச்சுவடு பதிப்பகம், 2010) நூலின் இணை மொழிபெயர்ப்பாளர். இவருடைய கட்டுரைகள் *விடுதலை, காலச்சுவடு, உரைமொழிபு (கனடா), புது விசை, ஆவணம், உங்கள் நூலகம்* முதலான இதழ்களில் வெளிவந்துள்ளன. இது இவரது முதல் நூல்.

மின்னஞ்சல்: alagiyaneelan@gmail.com

அலைபேசி: 96003-05660

ஆ. திருநீலகண்டன்

நீடாமங்கலம்
சாதியக் கொடுமையும்
திராவிட இயக்கமும்

காலச்சுவடு பதிப்பகம்

அன்பார்ந்த வாசகருக்கு,

வணக்கம்.

காலச்சுவடு நூலை வாங்கியமைக்கு நன்றி.

நூலின் உள்ளடக்கம், உருவாக்கம், அட்டைப்படம் இன்ன பிற அம்சங்கள் பற்றிய உங்கள் கருத்துகளையும் ஆலோசனைகளையும் காலச்சுவடு வரவேற்கிறது. தகவல், எழுத்து, வாக்கியப் பிழைகள் தென்பட்டால் கட்டாயம் தெரிவித்து உதவுங்கள். நூல் தயாரிப்பில் கடும் குறைபாடு இருப்பின் மாற்றுப் பிரதி உங்களுக்குக் கிடைக்கக் காலச்சுவடு ஏற்பாடு செய்யும்.

மின்னஞ்சல்: publisher@kalachuvadu.com

காலச்சுவடு நாகர்கோவில் அலுவலகத்திற்குக் கடிதம் அனுப்பலாம்.

தங்கள்
எஸ்.ஆர். சுந்தரம் (கண்ணன்)
பதிப்பாளர் – நிர்வாக இயக்குநர்

நீடாமங்கலம்: சாதியக் கொடுமையும் திராவிட இயக்கமும் ♦ ஆய்வு நூல் ♦ ஆசிரியர்: ஆ. திருநீலகண்டன் ♦ © ஆ. திருநீலகண்டன் ♦ முதல் பதிப்பு: ஆகஸ்ட் 2017, திருத்தப்பட்ட இரண்டாம் பதிப்பு: அக்டோபர் 2017, ஐந்தாம் பதிப்பு: டிசம்பர் 2023 ♦ வெளியீடு: காலச்சுவடு பப்ளிகேஷன்ஸ் (பி) லிட்., 669, கே.பி. சாலை, நாகர்கோவில் 629001

niiTaamankalam caatiyak koTumaiyum tiraaviTa iyakkamum ♦ Research Monograph ♦ Author: A. Thiruneelakandan ♦ © A. Thiruneelakandan ♦ Language: Tamil ♦ First Edition: August 2017, Revised Second Edition: October 2017, Fifth Edition: December 2023 ♦ Size: Demy 1 x 8 ♦ Paper: 18.6 kg maplitho ♦ Pages: 152

Published by Kalachuvadu Publications Pvt. Ltd., 669, K.P. Road, Nagercoil 629001, India ♦ Phone: 91-4652-278525 ♦ mail: publications@kalachuvadu.com ♦ Printed at: Adyar Students xerox Pvt. Ltd., No. 275 Habibullah Road, Triplicane high Road, Opp Triplicane Post Office, Triplicane, Chennai 600005

ISBN: 978-93-86820-00-6

12/2023/S.No.779, kcp 4868, 18.6 (5) uss

பேராசிரியர் **தி.அ. சொக்கலிங்கம்**
பழைய நீடாமங்கலம் **கா. அப்பாசாமி**
ஆகியோரின் நினைவுக்கு

அட்டைப்பட விளக்கம்

முன்னட்டை: மேல் பகுதியில் இடப் புறத்தில் முட்புதர்களுக்கு மேலே தெரிவது ஏ.எஸ்.பி. ரெத்தினசபாபதி உடையாரின் மாளிகையினது மாடிப்பகுதியின் பின்புறத் தோற்றம். முட்புதர்களுக்குப் பின்னே தெரிகின்ற வெட்டவெளி உடையாரது அரிசி ஆலை வளாகமாக இருந்த இடம் ஆகும். இங்குதான் தென் தஞ்சை ஜில்லா காங்கிரஸ் மாநாடு நடந்தது.

கீழ்ப் பகுதியில் காணலாகும் புகைப்படம் 'குடிஅரசு' இதழின் அட்டையில் பதிவானது. இதில் இடம்பெற்றுள்ள மூவர் முறையே (இடமிருந்து) ஆறுமுகம், ரெத்தினம், தேவசகாயம் ஆகியோர். சாதிய வன்கொடுமையால் பாதிக்கப்பட்ட தாழ்த்தப்பட்டோரில் பலராலும் அறியப்பட்டிருந்தவர்கள் இவர்களே.

பின்னட்டை: ஏ.எஸ்.பி.ஆர். உடையாரது மாளிகையின் முன்பகுதியின் கீழ்ப்புறம். இதில் மாடிப்படியை ஒட்டிக் காணலாகும் திறந்தவெளி அரிசி ஆலைக்குச் செல்லும் வழியாக இருந்துள்ளது. மாநாட்டின் உணவு வேளையில் சாப்பிட்டுக்கொண்டிருந்த தாழ்த்தப்பட்டவர்கள் தாக்கப்பட்டது இங்குதான்.

பொருளடக்கம்

முன்னுரை	11
1937: சமூக அரசியல் சூழலும் சுயமரியாதை இயக்கமும்	17
நீடாமங்கல இழிவன்கொடுமை	26
சுயமரியாதை இயக்கத்தின் எதிர்வினை	35
அவதூறு வழக்கு	75
முடிவுரை	87
பின்னோட்டம்	91

பின்னிணைப்புகள்

I	நீடாமங்கல வன்கொடுமை: 'விடுதலை', 'குடிஅரசு' பதிவுகள்	99
II	பாதிக்கப்பட்டோர் வாக்குமூலம்	
	1. தேவசகாயம் வாக்குமூலம்	109
	2. தேவசகாயம் அனுப்பிய முறையீடு	110
	3. ஆறுமுகம் கடிதம்	113
	4. அடிபட்ட தோழர்கள் வாக்குமூலம்	114
	5. பெரியார் ஈ.வெ.ராவிடம் நேரில் அளித்த முறையீடு	116
III	சட்டமன்றத்தில் கேள்வி	117
IV	'குடிஅரசு' பார்வை	
	1. நீடாமங்கல உண்மை	119
	2. ஆத்திரப்பட்டு பயன் என்ன? ஆதிதிராவிடர்களுக்கு இஸ்லாம் மார்க்கமல்லாமல் விமோசனமெங்கே?	123
	3. நீடாமங்கலத்துக்கு 'நீதி'	130
V	நன்றி கெட்ட காந்தியாரும் காங்கிரசும்	133

படங்கள்	135
சான்றுக் குறிப்புகள்	141
துணை நூற்பட்டியல்	149

முன்னுரை

1937ஆம் ஆண்டு இறுதியில், பழைய தஞ்சை மாவட்டத்தில், காங்கிரஸ் இயக்கத்தின் சார்பில் ஒரு மாநாடு நடத்தப்பெற்றது. சி.ராஜகோபாலாச்சாரியார் தலைமையில் முதன்முதலாகக் காங்கிரஸ் கட்சி சென்னை மாகாண ஆட்சியைக் கைப்பற்றியிருந்த காலம் அது. 'தென்தஞ்சை ஜில்லா காங்கிரசின் 3ஆவது அரசியல் மாநாடு' 28-12-1937, திங்கட் கிழமையன்று நீடாமங்கலத்தில் நடந்தது. மாகாண காங்கிரஸ் அமைச்சர் யாகூப் ஹாசன் திறந்துவைத்த, இம் மாநாட்டின் தலைவர் ஓமந்தூர் பி. ராமசாமி ரெட்டியார் ஆவார். வரவேற்புக் குழுத் தலைவராக இருந்து, அதனை முன்னின்று நடத்தியவர் நீடாமங்கலம் பெருநிலக்கிழாரும் தஞ்சை மாவட்டக் காங்கிரஸ் தலைவர்களில் ஒருவருமான டி.கெ.பி. சந்தான ராமசாமி உடையார் ஆவார். மாநாட்டின் பிற்பகல் வேளையில் சமபந்தி விருந்துண்ணல் நடந்தது.

சாதி மத பேதமின்றி யாவரும் வரலாம் என மீண்டும் மீண்டும் அழைப்பு விடுக்கப்பட்டது. அதன்பேரில் அங்கு வேடிக்கை பார்க்க நின்றிருந்த விவசாயக் கூலித்தொழிலாளர்களான தாழ்த்தப்பட்ட மக்கள் சிலர்–அந்நாளில் தம்மீது சுமத்தப்பட்டிருந்த பிறப்புவழிச் சாதியத் தடையை மறந்து – மாநாட்டு விருந்தில் அமர்ந்து உணவருந்தினர். ஆனால் மாநாட்டு ஏற்பாட்டாளரின் தூண்டுதலின்பேரில், உணவருந்திகொண்டிருந்தபோதே அவர்கள் கடுமையாகத் தாக்கப்பட்டனர். அதற்கு மறுநாள் அவர்கள் வேலை பார்க்கும் பண்ணைகளுக்கும் தகவல் தரப்பட்டு, அங்கும் அவர்கள் தாக்குதலுக் காளாயினர். மரத்தில் கட்டிவைத்து உதைத்தும்

மொட்டை அடித்தும் சாணிப்பாலை வாயில் புகட்டியும் கரும்புள்ளி-செம்புள்ளி குத்தி ஊர்வலம்விட்டும் அவர்கள் இழிவுபடுத்தப்பட்டனர். சுமார் 20 பேர் இத்தாக்குதல்களுக்கு உள்ளானார்கள். தேவசகாயம், ரெத்தினம், ஆறுமுகம் ஆகியோர் இவர்களுள் குறிப்பிடத்தக்கவர்கள் ஆவர்.

இவ்வன்முறை நிகழ்விற்குச் சுயமரியாதை இயக்கம் உடனே எதிர்வினையாற்றியது. சுயமரியாதை இயக்க நாளேடான 'விடுதலை'யே இதனை முதன்முதலாக வெளியுலகிற்குக் கொண்டுசென்றது. சுயமரியாதை இயக்க ஏடுகளான 'விடுதலை'யும் 'குடிஅரசு'ம் இணைந்து சுமார் ஆறு மாத காலத்திற்கும் மேலாக இந்த வன்நிகழ்வை, மாகாணத் தமிழ் மக்களின் பேசுபொருளாக ஆக்கின. மேலும், வன்முறைக்கு ஆளான தாழ்த்தப்பட்ட மக்களில் சிலரை இவ்வியக்கம் பாதுகாத்தும் வந்தது. இவற்றின் காரணமாக உடையார் தரப்பினரின் கோபத்திற்கு ஆளாகி, நீதிமன்ற வழக்குகளையும் சந்தித்தது 'விடுதலை' ஏடு.

நீடாமங்கல இழிவன்முறை, அதனைச் சுயமரியாதை இயக்கம் அணுகிய முறை, வன்நிகழ்வு குறித்துத் தாழ்த்தப்பட்ட சமூகங்களின் தலைவர்களது அணுகுமுறை, இதன் தொடர்பில் அமைந்த தேசிய இயக்கத்தின் அணுகுமுறை ஆகியவற்றை இந்நூல் விவரிக்கின்றது.

சமூகவியல் நோக்கில், நமது சமூகம் குறித்த சில புரிதல்களை, மேலெழுந்தவாரியாகவேனும் தொகுத்துக்கொள்வது இந்நூல் நவிலும் பொருளை நெருக்கமாக விளங்கிக்கொள்வதற்குத் துணை புரியும். தமிழ்ச் சமூகம் அடிப்படையில் சாதியச் சமூகமாகும். பிறப்பின் அடிப்படையில் படிநிலையிலான ஏற்றத்தாழ்வுகள் உள்ளதாக அமையப்பெற்ற சாதிகளின் தொகுப்பு இது. ஒரு மக்கள் திரளைச் "சமூகம்" என அடையாளப்படுத்தும் society என்ற ஆங்கிலச் சொல்லின் உள்ளார்ந்த பொருளானது மனிதர்களின் பிறப்புச் சமநிலையைச் சுட்டுவதே ஆகும். ஆனால் அச்சொல்லின் மொழியாக்கமான 'சமூகம்' என்ற தமிழ்ச் சொல்லைக் கொண்டு தமிழ் மக்கள் திரளை அதன் சரியான பொருளில் குறிக்கப் பயன்படுத்த முடியாது. ஏனெனில் தகவல், உண்ணல், மணத்தல் போன்ற செயல்களைப் பிறப்புத் தடைகள் ஏதுமின்றிப் பரிமாறிக்கொள்ளும் தன்மைவாய்ந்த மக்கள் திரளுக்கே இச்சொல் பொருந்தும். நவீனச் சூழலில், தமிழ் சமூகத்தில் மேற்குறிக்கப்பெற்ற மூன்று பரிமாற்றங்களுள் தகவலும் உண்ணலும் மட்டும் முற்காலத்திலிருந்து வந்த மிகக் கடுமையான பிறப்புத் தடைகள் நீங்கிப் பெருமளவு

சமூகப் பரிமாற்ற நிலைக்கு வந்துள்ளன. எனினும் மணப் பரிமாற்றத்தில் சாதியின் குறுக்கீடு இன்னமும் தீவிரமாகவே இருந்து வருகின்றது. இந்நிலையில் நடைமுறை வசதி கருதியே 'சமூகம்' என்ற சொல்லை நாம் பயன்படுத்தி வருகின்றோம்.

இன்றைய தமிழ்ச் சமூகத்தின் உணவுப் பரிமாற்றச் செயல்பாடுகளில் காணலாகும் பிறப்புத் தடை நீங்கிய நிலையானது இயல்பாக ஏற்பட்டதல்ல. மாறாக இது காலனிய ஆட்சியின் ஊடாக அறிமுகமான நவீன உற்பத்தி உறவுசார் பண்பாடு ஒரு நிலையிலும், தமிழ்ச் சமூகத்தின் மரபுவழிச் சாதிசார் உற்பத்தி உறவுப் பண்பாட்டில் நவீன சமூக சனநாயக உள்ளடக்கத்தைக் கொண்டு சேர்த்த திராவிட இயக்கத்தின் செயல்பாடு மற்றொரு நிலையிலும் பக்கம் பக்கமாகத் தொழிற்பட்டதன் விளைவேயாகும்.

1926ஆம் ஆண்டில் மதுரையில் நடந்த பார்ப்பனரல்லாதார் மாநாடு, 1929ஆம் ஆண்டு செங்கல்பட்டில் தொடங்கி 1930, 1931 ஆகிய ஆண்டுகளில் முறையே ஈரோடு, விருதுநகர் ஆகிய இடங்களில் நடைபெற்ற மாகாண சுயமரியாதை மாநாடுகள் உள்ளிட்ட திராவிட இயக்க மாநாடுகள் இவ்வகையில் குறிப்பிடத் தக்கவையாகும். இம்மாநாடுகளின் விருந்துண்ணல் நிகழ்வுகளில் நாடார்களே சமையல் செய்தனர், தாழ்த்தப்பட்ட – பிற்படுத்தப்பட்ட தொண்டர்களுடன் இணைந்து பார்ப்பனரல்லாத உயர்சாதியினர் உணவு பரிமாறினார்கள். தவிரவும் இவ்வாறு உணவு விளம்பியவர்களுள் சில பெருநிலவுடைமையாளர்களும் தொழிலதிபர்களும்கூட இருந்தனர் என்பது குறிப்பிடத்தக்க தாகும். 'திராவிடன்', 'குடிஅரசு' ஆகிய இதழ்களில் குறிக்கப் பெற்றுள்ள செய்திப் பதிவுகளின்வழி இதை அறிய முடிகின்றது.

ஏற்றத்தாழ்வாகக் காணலாகும் சாதிகளுக்கிடையே முதலில் சமநிலை ஏற்பட வேண்டும். பின்னர் அது சாதி ஒழிப்பில் (அல்லது) சாதிக் கரைப்பில் சென்று முடிய வேண்டும் என்பதே திராவிட இயக்கத்தின் சிந்தனையாகும். பார்ப்பனரல்லாத சாதிகளைச் சேர்ந்த மக்களுக்கான சமூக அரசியல் உரிமைகளைப் பெற்றுத் தருவதில் தொடங்கிய திராவிட இயக்கத்தின் செயல்பாடு அதன் இறுதிக் கண்ணோட்டத்தில் வருண – சாதி அமைப்பை ஒழிப்பதையும் தனது இலக்காகக் கொண்டிருந்தது.

சமூகம், பண்பாடு, அரசியல், பொருளாதாரம் போன்ற பல தளங்களில் எழும் நவீன வாய்ப்புக்களில் பங்கேற்பதும் அவற்றின் பயன்களை அனைத்துச் சாதியினரும் பெற்றாக வேண்டியதும் முதன்மையானதாகும். இதன் தொடர்பில் பார்ப்பனரல்லாத

சாதிகள் மீது, குறிப்பாகப் பிற்படுத்தப்பட்ட, தாழ்த்தப்பட்ட சாதிகள் மீது பிறப்புச் சமநிலை தன்மை ஏற்படுவதற்கு எதிராகப் பிறப்புவழி இருந்துவரும் இடையூறான 'வாய்ப்பு மறுப்பு' என்பதை அகற்றுவது இதற்கு ஒரு வழியாகும். சமூக சனநாயகப் பண்பு ஏற்படுவதற்கு இதுவே ஒரு முன்னிபந்தனையுமாகும். எனவே இவற்றைக் கருத்தில் கொண்டு இட ஒதுக்கீடு போன்ற சமூக நீதித் திட்டங்களின் ஊடாக, இதனை நோக்கி நகரும் முனைப்பைத் திராவிட இயக்கம் கொண்டிருந்தது. இதன் பொருட்டுப் பல்வேறு பார்ப்பனரல்லாத சாதிகளுடனும் தனது இக்கருத்து நிலையின் அடியாக அது உறவு கொண்டு வந்தது. இவ்வகையில் குறிப்பிட்ட காலகட்டத்தில் குறிப்பிட்ட ஒரு நிகழ்வினூடாகத் தாழ்த்தப்பட்டோருடன் இவ்வியக்கம் கொண்டிருந்த உறவு நிலையே இந்நூலின் பேசுபொருளாகும்.

தாழ்த்தப்பட்ட மக்கள் சந்தித்த சமூக அரசியல் வன்கொடுமைகளைத் திராவிட இயக்கம் அணுகிய முறைகள் குறித்த ஆவணங்களைத் திரட்டுவதும் அவற்றின்வழி இரு தரப்பிற்கும் இடையே நிலவிய உறவுநிலையை விளங்கிக்கொள்வதும் தமிழ்ச் சூழலில் வளர்த்தெடுக்கப்பட்டுவரும் சமூக சனநாயகப் பண்பு மேன்மையடைவதற்குப் பேருதவி புரியும். விரிவான இம்முயற்சியின் சிறு கூறாகவே இந்நூல் எழுதப்பட்டுள்ளது.

களஆய்வு தவிரவும் 'விடுதலை', 'குடிஅரசு' ஆகிய இதழ் களில் பதிவாகியுள்ள செய்திகளே இந்நூலுக்கான முக்கிய ஆதாரங்களாக விளங்குகின்றன. வன்நிகழ்வு நடைபெற்ற அதன் சமகாலத்தில் மாகாணச் சட்டமன்றத்தில் அதுகுறித்து எழுந்த கேள்வி பதில் அடங்கிய அரசு ஆவணப் பதிவு ஒன்றும் இதில் இடம்பெற்றுள்ளது. இது எனது பேராசிரியர் ஆ.இரா. வேங்கடாசலபதி தேடியெடுத்து அளித்ததாகும். பேராசிரியர் சலபதியின் மேற்பார்வையில் 'திராவிட இயக்கமும் தாழ்த்தப்பட்டோரும்' என்னும் தலைப்பில் முனைவர் பட்டத்திற்கான ஆய்வை நான் செய்துகொண்டிருந்தேன். அப்போது நான் மேற்கொண்ட களஆய்வின் ஒரு துணை விளைவே இந்நூல். பேராசிரியர் சலபதியின் வழிகாட்டல், தூண்டல், கண்டித்தல், மிரட்டல் இவையே இந்நூல் உருவாக்கத்திற்கு அடிப்படை.

நீடாமங்கலம் பகுதியில் நான் மேற்கொண்ட களஆய்வுக்குப் பேருதவி புரிந்தவர்கள் நீடாமங்கலம் ஆ. சுப்பிரமணியன், ராசகிரி கோ. தங்கராசு, மதுரை பி. வரதராசன் ஆகியோர். சில ஆண்டு களுக்கு முன்பு (10.11.2014) மறைந்த, பழைய நீடாமங்கலத்தைச் சார்ந்த பெரியவர் க. அப்பாசாமியின் நேர்காணல் (7.3.2011) களஆய்வில் எனக்குக் கிடைத்த பெரும் பேறு ஆகும்.

வன்கொடுமைக்கு ஆளானோரில் பிரபலமான மூவருள் ஒருவரான ரெத்தினத்தின் உடன்பிறந்த தம்பி இவர். வன்முறை நிகழ்ந்தபோது இவருக்குச் சுமார் பன்னிரண்டு வயது. வன்முறையால் பாதிக்கப்பட்டவர்களுள் இவரும் ஒருவர். இவரது நேர்காணலை எனக்கு ஏற்பாடு செய்தவர் நீடாமங்கலம் ஆ. சுப்பிரமணியன். திராவிடர் கழகப் பொதுக்குழு உறுப்பினராக இருந்த இவர், வன்முறை நிகழ்வை முதலில் வெளிக்கொணர்ந்த நீடாமங்கலம் சுயமரியாதை இயக்கத் தலைவர் அ. ஆறுமுகத்தின் சீடர் ஆவார். எனது கள ஆய்வுக்குப் பெருந்துணையாக விளங்கிய இவர் அண்மையில் (16.6.2016) காலமாகிவிட்டார். நேர்காணலின்போது உடனிருந்தவர்கள் அ. ஆறுமுகத்தின் பேரன் கவுதமன், எஸ். சின்னப்பன் ஆகியோராவர். நீடாமங்கலத்தில் நான் களஆய்வு மேற்கொண்டபோது எனக்கு உதவியவர்கள் கு. செந்தமிழன், சி. ரமேஷ், த. ஜான்கென்னடி ஆகியோர்.

எனது ஆய்வுப் பணிகளுக்கு எப்போதும் தூண்டுகோலாக இருப்பவர்கள் பேராசிரியர் வே. மாணிக்கம், முனைவர் பழ. அதியமான், பேராசிரியர் த. கருப்பையா, வழக்கறிஞர் ஞா. நாகலிங்கம் ஆகியோர்.

எல்லாவகையிலும் எனக்கு உற்ற துணையாக இருப்பவர்கள் எனது மனைவி பேராசிரியர் சோ. பாண்டிமாதேவி, மைத்துனர் கோ. சுந்தரராசன், மகள் தி. மதி உள்ளிட்ட குடும்பத்தினர் ஆவர். இவர்களுக்கு எனது அன்பு.

எனது ஆய்வுக்குத் தொடர்ந்து உதவி வரும் என்.ஆர். எஸ். பிரின்ஸ், சு. நயினார், கோ. ராசாராம் ஆகியோருக்கும் எனது நன்றி.

எனது ஆய்வுக்குரிய சான்று மூலங்களான 'குடிஅரசு', 'விடுதலை' இதழ்களைப் பார்வையிட அனுமதித்த சென்னை, பெரியார் திடல் நூலகத்திற்கும் இராம. இருளப்பக் கோனார் நினைவு சுயமரியாதை வாசகசாலையின் 'குடிஅரசு' இதழ்களைப் பாதுகாத்துவரும் மதுரை யாதவர் கல்லூரி (ஆண்கள்) தமிழ்த் துறை நூலகத்திற்கும் எனது நன்றி.

நல்ல முறையில் தட்டச்சு செய்த பாளை பி.ஜி. நெட்சோன் நிறுவனத்திற்கும் நூலாக்கத்தைச் செம்மைப்படுத்திய திருமதி பா. கலா அவர்களுக்கும் சிறப்பான முறையில் இந்நூலை வெளியிடும் காலச்சுவடு பதிப்பகத்தாருக்கும் எனது மனமார்ந்த நன்றி.

நீலன்

1937: சமூக அரசியல் சூழலும் சுயமரியாதை இயக்கமும்

சாதிய மற்றும் வர்க்க ஒடுக்குமுறைகளால் தாழ்த்தப்பட்ட மக்கள் இழிவன்கொடுமைக்கு ஆளாகும்போது சாதிய, நிலவுடமை ஆதிக்க சக்திகளை எதிர்த்து அம்மக்களின் பக்கமே சுயமரியாதை இயக்கம் தொடர்ந்து நின்றுள்ளது. அதன்பொருட்டுச் சமரசமின்றிப் போராடி வந்துள்ளது. 1930களின் பிற்பகுதியில் நீடாமங்கலத்தில் நடைபெற்ற தென் தஞ்சை ஜில்லா மூன்றாவது காங்கிரஸ் அரசியல் மாநாட்டில் போடப்பட்ட ஒரு சமபந்தி விருந்தில் தாழ்த்தப்பட்ட மக்கள் அது போன்றதொரு வன்முறைக்கு ஆட்பட்டபோது சு.ம. இயக்கம் அக்கொடுமையை எதிர்கொண்ட முறை அதற்கு ஒரு சிறந்த எடுத்துக்காட்டாகும்.

நீடாமங்கல வன்நிகழ்வினைக் காணுமுன்பு, 1930களின் பிற்பகுதியில், இந்தியாவிலும் குறிப்பாகச் சென்னை மாகாணத்திலும் நிலவிய அரசியல், சமூகச் சூழல்களின் பொதுத்தன்மையை, தாழ்த்தப்பட்டோர் சிக்கல்களின் அடியாகக் காண்பது இக்குறிப்பிட்ட வன்நிகழ்வினை விளங்கிக்கொள்ள உதவும்.

உலக அளவில் பொருளாதாரப் பெருமந்தம் நிலவிய இக்காலகட்டத்தில் இந்திய, சென்னை மாகாண அளவில் பல அரசியல், சமூக மாற்றங்கள் ஏற்பட்டுக் கொண்டிருந்தன.

1935ஆம் ஆண்டில் உருவான இந்திய அரசாங்கச் சட்டப்படி அரசியலமைப்பு திருத்தியமைக்கப்பட்டது. அதன் விளைவாகச் சென்னை உள்ளிட்ட ஆளுநர்களின் பொறுப்பில் இருந்த ஆறு மாகாணங்களுக்கு மாகாண சுயாட்சி வழங்கப்பட்டிருந்தது. அதன்படி, அதுவரை தேர்ந்தெடுக்கப்பட்ட மாகாண அமைச்சரவைக்கு மிகக் குறைவான அதிகாரங்களையே அளித்து வந்த 'இரட்டை ஆட்சிமுறை' (dyarchy) ஒழிக்கப்பட்டது. அதுகாறும் மாகாண ஆளுநர்களிடம் இருந்த நிதி உள்ளிட்ட ஆட்சிப் பொறுப்பு தொடர்பான பல அதிகாரங்கள் தேர்ந்தெடுக்கப்பட்ட அமைச்சரவைக்கு அளிக்கப்பட்டன. மாகாண அரசை நடத்தும் பொறுப்பும், சட்டமன்றத்தில் இரு அவைகளுக்கும் பதில் சொல்லும் பொறுப்பும் அமைச்சரவைக்கே அளிக்கப்பட்டன. சிறுபான்மையினரின் உரிமைகளைப் பாதுகாத்தல், சட்டம்-ஒழுங்கைக் காத்தல், சட்டமன்ற தீர்மானங்களை ரத்து செய்தல், நெருக்கடி காலச் சட்டங்களைப் பயன்படுத்துதல் போன்ற சிறப்பதிகாரங்கள் உள்ளிட்ட மாகாண அரசின் இறுதித் தலைமை அதிகாரங்கள் ஆங்கில ஆளுநரிடமே தங்கியிருந்தன.[1] சுருங்கக் கூறினால் நீதிக்கட்சி அமைச்சரவை போன்ற, இரட்டை ஆட்சியின்கீழ் செயல்பட்ட அமைச்சரவைகளைவிடப் பெருமளவு சுயமாகச் செயல்படுவதற்கு ஏற்றவகையில் கூடுதலான அதிகாரங்களை 1935ஆம் ஆண்டு சட்டம் மாகாண அமைச்சரவைகளுக்கு வழங்கியிருந்தது. இந்நிலையில் இச்சட்டப்படி, 18-2-1937 அன்று பொதுத்தேர்தல் நடந்தது.[2] தேர்தலில், தாழ்த்தப்பட்டோர் உள்ளிட்ட சிறுபான்மையினருக்கு இடங்கள் ஒதுக்கப்பட்டிருந்தன.

சட்டசபைத் தேர்தலில் நீதிக் கட்சி சார்பாகப் போட்டியிட்டவர்களையும் குறிப்பாக அக்கட்சியின் தாழ்த்தப்பட்ட சமூக வேட்பாளர்களையும் சுயமரியாதை இயக்கம் ஆதரித்தது. ஆனால், தேர்தல் முடிவில் மொத்தமுள்ள 215 இடங்களில் 159 இடங்களைக் கைப்பற்றிக் காங்கிரஸ் கட்சி முதன்முறையாகச் சென்னை மாகாணத்தில் வெற்றிபெற்றது. 1920ஆம் ஆண்டு முதல் ஆட்சியிலிருந்துவந்த பார்ப்பனரல்லாதார் கட்சியான நீதிக் கட்சி 21 இடங்களை மட்டுமே பெற்றுப் பெருந்தோல்வியைக் கண்டது.[3] அதன் தலைவர்களில் பெரும்பாலோர் தோல்வியுற்றனர்.

புனா ஒப்பந்தப்படி (1932), இம்மாகாணத்தில் தாழ்த்தப் பட்டோருக்கு ஒதுக்கப்பட்ட 30 இடங்களில் 26 இடங்களைக் காங்கிரஸ் கைப்பற்றியிருந்தது.[4] தாழ்த்தப்பட்டோருக்கான இவ்வொதுக்கப்பட்ட இடங்களைக்கூடத் தேர்தலில் மோசடி செய்தே காங்கிரஸ் கைப்பற்றியது எனச் சு.ம. இயக்கமும், நீதிக் கட்சியும், தாழ்த்தப்பட்டோர் தலைவர்களும்

குற்றம்சாட்டி வந்தனர்.[5] எவ்வாறெனில், புனா ஒப்பந்தப்படி 'தாழ்த்தப்பட்டவர்களின் தொகுதிகளில் காங்கிரஸ் தலையிடுவதில்லை. காங்கிரஸ் டிக்கட்டில் காங்கிரஸ் பேரால் அபேட்சகர்களை* போடுவதில்லை' என்று தேர்தலுக்கு முன்பு காந்தி வாக்குறுதி அளித்திருந்ததாகவும், ஆனால் தேர்தலின்போது தாழ்த்தப்பட்டோர் தொகுதிகளிலும்கூடக் காங்கிரஸ் கட்சி தன் வேட்பாளர்களை நிறுத்தி, அவ்வாக்குறுதியை மீறியதாகவும் 'குடி அரசி'ல் பதிவாகியுள்ள செய்திகளை இக்குற்றச்சாட்டிற்கு ஆதாரங்களாகக் காட்டலாம்.[6] இதனை உறுதி செய்யும் மற்றொரு நிகழ்வையும் 'குடி அரசு' இதழில் காணமுடிகின்றது. மலப்புரம் பகுதியில் போட்டியிட்ட காங்கிரஸ் வேட்பாளர், ஏற்காடு வட்டாரத்தில் வாக்கு சேகரிக்கச் சென்றபோது அதே வட்டாரத்தில் தாழ்த்தப்பட்டோர் தொகுதிக்கு வேட்பாளராக நின்ற கண்ணன் என்பாரின் பெயரைக்கூட வாக்காளர்களிடம் மறைத்ததாக 'குடி அரசு' மறுவெளியீடு செய்திருந்த 31-1-37 நாளிட்ட 'மெயில்' பத்திரிகை செய்தியே அது.[7] அரசியல் அதிகாரத்தை நோக்கிய தாழ்த்தப்பட்டோரின் பயணத்தில் அவர்கள் அடைந்த இத்தகைய பெரும்பின்னடைவுக்கான ஒரே தீர்வு, 'புனா ஒப்பந்தம் ரத்து செய்யப்பட்டு தாழ்த்தப்பட்டோர் தனித் தொகுதியை பெறுவதே' எனச் சு.ம. இயக்கமும் தாழ்த்தப்பட்டோர் தலைவர்களும் தொடர்ந்து கூறிவந்தனர்.[8] இதன் பொருட்டு கிளர்ச்சிகள் செய்யவும் அவர்கள் தயாராகி வந்தனர்.[9]

'தாழ்த்தப்பட்டோரை, 'இந்துக்கள்' என்ற நவீன அரசியல்-சமூக அடையாளத்திற்குள் இழுத்து நிறுத்தியது, அதன்வழி அரசியல் அதிகாரம் நோக்கிய அவர்களின் தனிப்பாய்ச்சலுக்கு முட்டுக்கட்டை இட்டது' என்பதே புனா ஒப்பந்தம் குறித்த சு.ம. இயக்கத்தின் தொடர்ச்சியான, கறாரான புரிதலாக இருந்துவந்தது என்பதும் இங்கு குறிப்பிடத்தக்கது.[10] சு.ம. இயக்கத்தின் இத்தகு புரிதலை உறுதி செய்யும் விதமாகவே 'புனா ஒப்பந்தத்தின்' பின்னர், மேற்கண்டவை போன்ற நிகழ்வுகள் நடந்தேறின என்பதும் இங்கு கவனத்திற்குரியது.

தேர்தலில் வெற்றியடைந்தபோதிலும் காங்கிரஸ் கட்சி ஆட்சி அமைக்க உடனடியாக முன்வரவில்லை. அது அன்றைய சென்னை மாகாண ஆளுநரான எர்ஸ்கினிடம் (Erskine), அவர் தனக்கிருக்கும் சிறப்பதிகாரங்களை பயன்படுத்துவதில்லை என்ற உறுதிமொழியை எதிர்பார்த்துக் காத்திருந்தது. ஆனால் அப்படிப்பட்ட உறுதிமொழி எதனையும் கொடுக்க இயலாது என ஆளுநர் கூறிவிட்டதுடன், ஒரு இடைக்கால அமைச்சரவையையும் அமைக்க முடிவு செய்தார்.[11] 1-4-1937 முதல் 14-7-1937 வரை கே.வி.

---

* வேட்பாளர்களை

ரெட்டி நாயுடு தலைமையில் செயல்பட்ட இவ்விடைக்கால அமைச்சரவையில் தாழ்த்தப்பட்டோர் தலைவரான எம்.சி. ராஜா, அபிவிருத்தி இலாகா அமைச்சராக பதவி ஏற்றிருந்தார். ஒரு தாழ்த்தப்பட்டவர் அமைச்சரானது சென்னை மாகாண அரசியல் வரலாற்றில் அதுவே முதன்முறையாகும். சு.ம. இயக்கமும் நீதிக் கட்சியும் இவ்விடைக்கால அமைச்சரவையை ஆதரிக்கவில்லை.[12] எனினும் இவ்வமைச்சரவையில் இடம் பெற்றிருந்த பெரும்பாலானோர் கருத்தியல் சார்ந்து நீதிக் கட்சி மற்றும் சு.ம. இயக்கத்துடன் நெருங்கிய தொடர்புடையவர்களே என்பது குறிப்பிடத்தக்கது.[13]

இந்நிலையில், சி. ராஜகோபாலாச்சாரியார் தலைமையில் காங்கிரஸ் கட்சி ஆட்சி அமைக்க முன்வந்தது. 14–7–1937 முதல் காங்கிரஸ் அமைச்சரவை பதவி ஏற்றது.[14] சிறப்பதிகாரங்கள் குறித்த தனது உறுதியை ஆளுநர் சற்றும் தளர்த்திக்கொள்ளாத நிலையில், ஆட்சியமைத்த காங்கிரசின் அமைச்சரவையை 'சரணாகதி அமைச்சரவை' எனவே சு.ம. இயக்கம் அழைத்து வந்தது.[15] காங்கிரசின் இந்நிலையை 'நிபந்தனையற்ற சரணாகதி' என ஆளுநர் எர்ஸ்கினும் வர்ணித்திருந்தார்.[16] முதலமைச்சராகப் பதவியில் ஏறிய சி. ராஜகோபாலாச்சாரியார் நேரடியாக மக்களால் தேர்ந்தெடுக்கப்படாமல் பட்டதாரிகள் தொகுதி வழியே சட்டமன்றத்திற்குள் நுழைந்திருந்தார்.[17] மேலும், இந்தக் காங்கிரஸ் அமைச்சரவையில், நீதிக் கட்சியின் முன்னாள் தலைவர்களில் ஒருவரும் தாழ்த்தப்பட்ட மக்களின் ஒரு தலைவருமான வி.ஐ. முனிசாமி பிள்ளை விவசாயம் மற்றும் கிராம புனருத்தாரண அமைச்சராகப் பதவி ஏற்றிருந்தார். இவர் திருக்கோவிலூர் தொகுதியிலிருந்து தேர்ந்தெடுக்கப்பட்டிருந்தார். பெரியார் ஈ.வெ.ராவின் நெருங்கிய நண்பராக இருந்தவரும், சு.ம. இயக்கத்தின் முன்னாள் தலைவர்களுள் ஒருவருமான எஸ். ராமநாதன் விளம்பர இலாகா அமைச்சராகப் பொறுப்பேற்றிருந்தார். இந்த அமைச்சரவையில் சிறுபான்மையினத்தின் பிரதிநிதியாக யாகூப் ஹாசன், மராமத்து இலாகா அமைச்சராகப் பொறுப்பு வகித்து வந்தார். மேலும் இந்த அமைச்சரவையில்தான், 1936ஆம் ஆண்டு நடந்த திருச்சி நகராட்சித் தேர்தலில் முறையே தலைவர் மற்றும் துணைத் தலைவர் பதவிகளுக்குக் காங்கிரஸ் கட்சியின் சார்பில் போட்டியிட்ட, ரத்தினவேலுத் தேவர், ஆர்.மருதை ஆகியோரைத் தோற்கடித்தவர் எனச் சு.ம. இயக்கத்தாலும்,[18] காங்கிரஸ் கட்சி மற்றும் சி. ராஜகோபாலச்சாரியாராலும் குற்றச்சாட்டுக்கு ஆளாகி கட்சியின் ஒழுங்கு நடவடிக்கைக்கு உள்ளாகியிருந்த டி.எஸ்.எஸ். ராஜனும் அங்கம் வகித்தார்.[19] இவரும் மக்களால் நேரடியாகத் தேர்ந்தெடுக்கப்படாமல் சட்டமன்ற மேலவை

உறுப்பினராக நியமிக்கப்பட்டு, சி. ராஜகோபாலாச்சாரியாரால் அமைச்சரவைக்குள் இழுக்கப்பட்டிருந்தார்.[20] இது தவிரவும் நீதிக் கட்சி சார்புடைய தாழ்த்தப்பட்டோர் தலைவரான சட்டமன்ற உறுப்பினர் ஜெ. சிவஷண்முகம் பிள்ளையைக் காங்கிரசில் சேர்த்து, சென்னை நகர மேயராக்கி அப்பதவியையும் தக்க வைத்துக்கொண்டிருந்தது காங்கிரஸ் கட்சி.[21]

சி. ராஜகோபாலாச்சாரியார் அமைச்சரவையில் இடம் பெற்றிருந்த 10 பேரில் நான்கு பேர் பார்ப்பனர்கள். அசெம்பிளி (கீழவை) தலைவர், கவுன்சில் (மேலவை) தலைவர், அசெம்பிளி துணைத் தலைவர் மூவருமே பார்ப்பனர்கள்.[22] பார்ப்பனர்களுக்கு அமைச்சரவையில் மிதமிஞ்சிய பிரதிநிதித்துவம் அளிக்கப்பட்டிருந்த நிலையில் அந்த ஆட்சியைப் 'பார்ப்பன ஆட்சி' எனச் சு.ம. இயக்கம் கண்டனம் செய்து வந்தது. முதலமைச்சர் சி. ராஜகோபாலாச்சாரியார், தன் சொந்த சாதிக்காரரான டி.எஸ்.எஸ். ராஜனை, அவர் கட்சியின் குற்றச்சாட்டுக்கு ஆளானவர் என்ற நிலையிலும், அமைச்சரவைக்குள் சேர்த்துக்கொண்டபோது, 'ராஜனை தவிர்த்துவிட்டு அமைச்சரவையைக் கட்டுவது தற்கொலைக்கு ஒப்பாகும்' என்று குறிப்பிட்டது இங்கு நினைத்துப்பார்க்கத்தக்கது.[23] இதே சமயத்தில் இந்தியா முழுவதிலும் ஏழு மாகாணங்களில் காங்கிரஸ் ஆட்சியே அமைந்திருந்தது.[24] ஆயின், அவற்றுள் ஆறு மாகாணங்களில் பார்ப்பனர்களே முதலமைச்சர்களாக ஆக்கப்பட்டு இருந்தனர் எனச் சு.ம. இயக்கம் விமர்சித்து வந்ததும் இங்கே குறிப்பிடத்தக்கது.[25]

இந்நிலையில் எவ்வாறாயினும் தம் காலத்தில் அமைச்சர்களாக இரு தாழ்த்தப்பட்டவர்களையும் மேயராக ஒரு தாழ்த்தப்பட்டவரையும் பதவியில் அமர்த்திப்பார்த்து விட்டதாக மகிழ்ந்த சு.ம. இயக்கம், இந்நிலைமையானது தன்னால் ஆதரிக்கப்பட்டதும், காங்கிரசால் எதிர்க்கப்பட்டதுமான 'வகுப்புவாதத்தினாலேயே' *சாத்தியமானது எனக் குறிப்பிட்டு வந்தது.[26] மேலும் இதே காலகட்டத்தில்தான் சு.ம. இயக்கச் சார்புடைய தாழ்த்தப்பட்டோர் தலைவரான என். சிவராஜ் மத்திய சட்டசபையின் நியமன உறுப்பினராகவும்,[27] அந்நாளில் தாழ்த்தப்பட்ட மக்களின் பெருந்தலைவராக இருந்த எம்.சி. ராஜா சென்னை சட்டமன்ற உறுப்பினராகவும்,[28] சு.ம. இயக்கத்துடன் நெருங்கியவராகவும் தாழ்த்தப்பட்டோரின் தனிப்பெருந்தலைவராகவும் இருந்த ரெட்டைமலை சீனிவாசன் சென்னை சட்டமன்ற மேலவையின் நியமன உறுப்பினராகவும்[29] இருந்தனர் என்பதும் இங்கு குறிப்பிடத்தகுந்தன.

---

* வகுப்புவாரி பிரதிநிதித்துவ உரிமை

பிரிட்டிஷ் ஆளுநர்களிடம் இருந்துவந்த சிறப்பதிகாரங்களைப் பொருத்த அளவில் காங்கிரஸ் அவற்றை எதிர்த்து வந்தது. ஆயின், தாழ்த்தப்பட்டோர் சிறுபான்மையினரின் உரிமைகளைப் பாதுகாத்தல் என்ற நோக்கில் சு.ம. இயக்கம், அவ்வதிகாரங்களை ஆதரித்து வந்தது.[30] இதன் தொடர்பில் இதே கருத்தைக் கொண்டிருந்த டாக்டர் அம்பேத்கரின் அறிக்கையையும்[31] ரெட்டைமலை சீனிவாசனின் அறிக்கையையும்[32] வெளியிட்டுத் தன் கருத்துக்கு வலுச்சேர்த்துக்கொண்டிருந்தது.

இதே காலக்கட்டத்தில் தாழ்த்தப்பட்ட மக்கள் பெறவேண்டிய அரசியல் சட்ட ரீதியான உரிமைகளைப் பொறுத்த மட்டில், சென்னை மாகாணச் சட்டமன்றத்தில், ரெட்டைமலை சீனிவாசன் கொண்டுவந்த கிராமப்புறச் சேவை பணிகளைச் செய்யப் பரம்பரைக் கட்டாயத்திற்குள்ளாக்கப்படும் தாழ்த்தப்பட்ட மக்களின் துன்பங்களைப் போக்குவதற்கான 'பரம்பரை விலக்கு மசோதா'வும், மத்திய சட்டமன்றத்தில் எம்.சி. ராஜா கொண்டுவந்த 'பொதுஉரிமை மசோதா'வும் நிறைவேற்றப்படுவதற்காகக் காத்துக் கொண்டிருந்தன. அவற்றைச் சு.ம. இயக்கமும் நீதிக் கட்சியும் ஆதரித்துக்கொண்டிருந்தன.[33] இவை தவிரவும், திருவாங்கூர் மக்கள் கோயில் நுழைவு உரிமை பெற்றுவிட்டதைத் தொடர்ந்து சென்னை மாகாணத்திலும் அது போன்றதொரு மசோதாவை சு.ம. இயக்கம் கோரிவந்தது. மேலும் 'ஆலய நுழைவு' என்பதை எல்லா மதத்தவருக்கும் எல்லாச் சாதியினருக்கும் சமத்துவமாக வழங்க வேண்டிய ஒரு மனித உரிமையாகவே அது பார்த்தது.[34]

மேலும், 'பூசாரிகள் ஒழிப்புச் சட்டம்' ஒன்றையும் நிறைவேற்ற சு.ம. இயக்கம் விரும்பியது.[35] எனவே இத்தகைய மசோதா ஒன்று, சென்னை மாகாணத்தில் 'தீண்டாமை ஒழிப்பு மசோதா' என்ற பெயரில் கொண்டு வரப்பட வேண்டுமென அது எதிர்பார்த்தது.[36] ஆனால் ஆட்சியிலிருந்த சி. ராஜகோபாலச்சாரியார், 'அத்தகைய மசோதாவுக்குப் பொதுஜன அபிப்பிராயம் (ஆதரவு) இல்லை' என்ற சாக்குப் போக்கின் பெயரில் அம்முயற்சியிலிருந்து பின்வாங்கிவிட்டதாகவும் சு.ம. இயக்கம் குற்றம்சாட்டி வந்தது.[37] இதன் தொடர்பில் தன் பின்வாங்கலை நியாயப்படுத்தும் நோக்கில், 'பிரிட்டிஷ் இந்தியச் சட்டசபைக்குத் தீண்டாமையை ஒழிக்கும் அதிகாரம் இல்லை' என்ற ஒரு வாதத்தைச், சட்டமன்றத்தில் காங்கிரஸ் தரப்பு முன்வைத்தபோது அதனையும் சு.ம. இயக்கம் கண்டித்து வந்தது.[38]

சமூக – பொருளாதார நோக்கில் சுகாதார வசதி, வீட்டுமனைகள், சுடுகாடு மற்றும் அதற்கான பாதை, தண்ணீர்

வசதி, பள்ளிக்கூடம், கல்வி வசதி ஆகியவையும், மேலும் இப்படிப்பட்ட அடிப்படை வசதிகளை அவர்களுக்குச் செய்து தருகின்ற தொழிலாளர் துறையில் (லேபர் டிபார்ட்மெண்ட்) இக்காரியங்களைச் சுணக்கமின்றி விரைவுபடுத்தும் பொருட்டு அத்துறையின் உயர் அதிகாரிகளாகத் தாழ்த்தப்பட்டவர்களையும் நியமித்தல் போன்ற இன்றியமையாத் தேவைகளை வேண்டிப் பெறமுயல்கின்ற அவலமே தாழ்த்தப்பட்ட மக்களின் அக்கால நிலையாக இருந்தது.[39]

இக்காலகட்டத்தில் தீண்டாமைக்கு ஆளாக்கப்பட்டிருந்த ஒடுக்கப்பட்ட சமூகங்கள் அனைத்தையும் சேர்த்துக் குறிக்க 'ஆதி திராவிடர்', 'தாழ்த்தப்பட்டோர்' போன்ற பெயர்களையே சு.ம. இயக்கம் பயன்படுத்திவந்தது. ஆயின், காந்தியும் காங்கிரசும் 'கடவுளின் மக்கள்' என்று பொருள்படும் 'ஹரிஜன்' என்ற பெயரைப் பயன்படுத்தினர். புனா ஒப்பந்தத்தின் பின்னர் 'ஹரிஜன்' என்ற பெயரில் ஒரு பத்திரிகையையும் காந்தி துவக்கினார். அதன் தொடர்ச்சியாக நாளடைவில் 'ஹரிஜன்' என்ற பெயரே தாழ்த்தப்பட்டோரைக் குறிக்கும் காங்கிரசின் அதிகாரபூர்வமான சொல்லாடலாக மாறியது. இந்நிலையில் இப்பெயரை அதன் தொடக்கம் முதலே சு.ம. இயக்கம் எதிர்த்து வந்தது; தீண்டாமையை நவீன முறையில் நிலைநாட்டுவதே 'ஹரிஜன்' என்ற இப்பெயர் சூட்டலின் நோக்கம் என அது காங்கிரசைக் குற்றம் சாட்டி வந்தது.[40]

சமூக நிலையில், தாழ்த்தப்பட்ட மக்கள் மீது உயர் சாதியினர் மற்றும் பிற்படுத்தப்பட்ட, மிகவும் பிற்படுத்தப்பட்ட மக்களால் திணிக்கப்பட்டுவந்த இழிவன்முறையும் புறக்கணிப்பும் மிகக் கடுமையான அளவில் நடைமுறையில் இருந்துவந்தன. 15.6.1937 அன்று காரைக்குடி பகுதியில் சாரங்கோட்டை என்ற கிராமத்தின் அருகே அழகன் என்ற தாழ்த்தப்பட்ட இளைஞர், உயர் சாதியினர் தம் மக்களுக்குச் செய்யும் கொடுமைகள் குறித்த பாடலைப் பாடியபடியே நடந்து சென்றதற்காக அவ்வூர் நாட்டார்*

* 'நாடு' என்பது சாதி ஆதிக்கத்தினடியாகக் கட்டமைக்கப்பட்ட, சமூகப் பண்பாடு சார்ந்த ஓர் அரசியல் பூகோள எல்லையைக் குறிப்பதாகும். இது அடிப்படை மனித உரிமையை வலியுறுத்தும் நவீன அரசியலமைப்பு நிறுவனங்களுடன் தொடர்ந்து முரண்பட்டு வருவதாகும் ('தலித் முரசு', அக்டோபர் 2001, ப. 34–36). 'நாடு' என்ற இந்த அதிகார அமைப்பைத் தீர்மானிப்பவர்கள் 'நாட்டார்' எனப்படுவோர் ஆவர். இவர்கள் பெரும்பாலும் கள்ளர், மறவர், வல்லம்பர், அகம்படியர், கோனார், இளமகன் போன்ற ஆதிக்க சாதிகளைச் சேர்ந்தவர்களே. தமிழ்நாட்டின் தென்மாவட்டங்களில் குறிப்பாக (பழைய) இராமநாதபுரம் மாவட்டத்திலுள்ள தேவகோட்டை, காரைக்குடி, திருப்பத்தூர் பகுதிகளில் உள்ள கிராமங்களில் இன்றளவும் 'நாடு' முறை நிலவி வருகிறது ('தலித் முரசு', நவம்பர், 2001, ப. 34–36). 'உஞ்சனை நாடு', 'கப்பலூர் நாடு' ஆகிய பெயர்கள் இதற்கான சான்றுகள் ஆகும். இந்நாடுகளில்

வாலிபர்கள் சிலர் அவர் கையை வெட்டிக் கொன்றனர் என்ற 'குடிஅரசு' செய்தி இதற்கு ஓர் எடுத்துக்காட்டாகும்.[41]

சமூக நிலையில் தொழிற்பட்ட இந்த இழிவன்முறையும் புறக்கணிப்பும் அரசியல் தளத்திலும் எதிரொலித்தன. முக்கியமாக உயர்சாதியினரான பார்ப்பனர்களால் ஆதிக்கம் செலுத்தப்பெற்றதான அன்றைய காங்கிரசில்தான் இத்தகைய நிகழ்வுகள் அதிக அளவில் தென்பட்டன.

5.10.36 அன்று மோகனூரில் நடந்த காந்தி பட ஊர்வலத்தில் கலந்துகொள்ளச் சென்ற தாழ்த்தப்பட்ட மக்களை, அவர்கள் அங்கிருந்த அக்கிரகாரத்தின் அருகே வந்ததும் அதற்குள் நுழையவிடாமல் காங்கிரஸ்காரர்கள் தடுத்தனர் என்பதும்,[42] துறையூரில், திருச்சி ஜில்லா காங்கிரசின் அரசியல் மாநாடு நடைபெற்றபோது அப்பகுதியிலுள்ள தாழ்த்தப்பட்ட மக்கள் தங்களை இலவசமாக மாநாட்டில் அனுமதிக்க வேண்டும் எனக் கோரியபோது அவர்கள் காங்கிரசில் சேர்ந்தால் மட்டுமே அத்தகைய அனுமதி வழங்கப்படும் என்ற முன் நிபந்தனை விதிக்கப்பட்டது என்பதும்[43] ஆகிய இந்நிகழ்வுகள், தாழ்த்தப்பட்டோர் தொடர்பில் அக்கட்சியின் வெவ்வேறு மட்டங்களில், வெவ்வேறு சந்தர்ப்பங்களில், வெவ்வேறு வடிவங்களில் வெளிப்பட்ட தீண்டாமை மற்றும் புறக்கணிப்பு உணர்வுகளுக்கான சான்றுகளாகும். ஆயின், அக்கட்சி தனது மாநாடுகள் மற்றும் கூட்டங்களையொட்டி நடத்திய சமபந்தி விருந்துகளில்தான் இச்சாதிய வன்முறையும் புறக்கணிப்பும் கூடுதல் வீச்சுடன் வெள்ளிடைமலையாகக் காணப்பெற்றன.

இதன் தொடர்பில் "... எந்தக் காங்கிரஸ் மகாநாட்டில் ஆதிதிராவிடரை ஒன்றாய் வைத்துச் சாப்பிட காங்கிரஸ்காரர்கள் ஒப்புக்கொண்டார்கள்?" என்ற நீதிக் கட்சி மற்றும் சு.ம. சார்புடைய கோ. ஜெகதீச செட்டியாரின் கேள்வி இங்கு முக்கியமானது.[44] இத்துடன், "எந்த ஆதிதிராவிடர்களும் ... எந்த சுயமரியாதை மாநாட்டிலாவது ... வித்தியாசமாக

வாழும் சிறுபான்மைச் சாதியினர் உள்ளிட்ட தாழ்த்தப்பட்ட சாதியனரின் சமூக, அரசியல், பொருளாதார வாழ்வை அவர்களின் சாதியப் படிநிலை வரிசைக்கு ஏற்றவாறு தகவமைப்பு செய்து, அதன் வழி நாட்டார்களின் மரபு வழி ஆதிக்கத்தை நிலை நாட்டுவதே இக்கட்டமைப்பின் முக்கியப் பணி ஆகும். இப்படிநிலை வரிசை உலையாமலிருக்க இந்'நாடு' அமைப்பு சில கட்டுப்பாடுகளைத் தாழ்த்தப்பட்ட மற்றும் சிறுபான்மைச் சாதியினரின் மீது விதிக்கும் *(Hutton J.H, Caste in India. 1963. p. 205-206)* இக்கட்டுப்பாடுகளை மீறுவது தொடங்கி, 'நாடு' அமைப்பையே எதிர்த்து கலகம் செய்வது வரையிலான செயல்கள் தண்டனைக்குரிய 'குற்றங்களாக'க் கருதப்படும். அவற்றின் தன்மையைப் பொருத்து அவற்றைச் செய்தவர்களுக்கு மரண தண்டனைகூட வழங்கப்படும். ('தலித் முரசு', செப்டம்பர், 2001, ப. 10–12)

நடத்தப்பட்டார்களென்று நான் இதுவரை கேள்விப்பட்டதில்லை... ஆனால் அதிக விளம்பரப்படுத்தப்படுகின்ற காங்கிரஸ் மாநாடுகளில் அவர்கள் கேவலமாக நடத்தப்படுகிறார்கள்..." என்ற தி.பொ. வேதாசலத்தின் பேச்சையும் இங்கு இணைத்துப் பார்க்கலாம்.[45]

இவ்வகையில், திருச்சி மாவட்டம் எசனை கிராமத்தில் நடந்த ஒரு காங்கிரஸ் மாநாட்டில் மாவட்ட 'ஹரிஜன சேவா சங்க' மேற்பார்வையாளரும், தாழ்த்தப்பட்ட சமூகத்தவருமான ஏ.ஜி. சன்னாசி என்பாரும் பங்கு கொண்டிருந்தார். மாநாட்டையொட்டி நடைபெற்ற சமபந்தி விருந்திற்கு அவர் சென்றபோது விருந்து மண்டபத்தினுள் அனுமதிக்கப்படாமல் தெருவில் உட்கார வைக்கப்பட்டு அவமானப்படுத்தப்பட்டார்.[46] அதே போல் திருவண்ணாமலையில் 8.3.1937இல் நடந்த, காங்கிரஸ் வர்த்தகர்களின் ஒரு விருந்தில், முதல் பந்தி பார்ப்பனர்களுக்கும், இரண்டாம் பந்தி சைவ வேளாளர்களுக்கும், மூன்றாம் பந்தி மற்றவர்களுக்கும் என்றவாறு முப்படிவரிசையில் நடைபெற்றது. அதில் கலந்து கொண்ட இராமலிங்கம் என்ற தாழ்த்தப்பட்டவர் கடைசிப் பந்தியில் உட்கார வைக்கப்பட்டு இழிவுபடுத்தப்பட்டார்.[47] தேவகோட்டை நகராட்சி தலைவராகத் தேர்ந்தெடுக்கப்பட்ட காங்கிரஸ் கட்சியைச் சேர்ந்த அருணாசலம் செட்டியாருக்கு அளிக்கப்பட்ட ஒரு விருந்தில் 'ஹரிஜன' கவுன்சிலர் ஒருவரைத் தனியிடத்தில் வைத்து சாப்பிடச் செய்த புறக்கணிப்பு.[48] இச்செய்திகளுடன் பெரும்பாலும் தாழ்த்தப்பட்டவர்களே பண்ணையடிமைகளாக இருக்கும் 'கோட்டி முறையை' (பண்ணையாட்கள் முறை) ஒழிக்க, தாங்கள் நடத்தும் போராட்டத்தில் காங்கிரஸ் சோஷலிஸ்டுகள்கூடக் கலந்துகொள்ள மறுப்பதைக் கண்டிக்கும் டாக்டர் அம்பேத்கரின் அறிக்கையையும்[49] இணைத்துப் பார்க்கும்போது அவை, ஏற்கெனவே கண்ட கோ. ஜெகதீச செட்டியாரின் கேள்வியை உறுதிப்படுத்தும் வகையில் அமைந்திருப்பதைக் காணலாம்.

1930களின் பிற்பகுதியில், சென்னை மகாணத்தின் சமூக, அரசியல் அசைவுகள் தாழ்த்தப்பட்டோரின் சிக்கல்கள் குறித்த அளவில் பெரும்பாலும் மேற்கண்டவாறே துலங்கப்பெற்றிருந்தன. இத்தகைய சமூக, அரசியல் அசைவியக்கத்தின் ஒரு தொடர்ச்சி யாகவே நீடாமங்கல இழிவன்முறையும் நடந்தேறியது.

~~

நீடாமங்கல இழிவன்கொடுமை

சென்னை மாகாணத்தில் வைதீக இறுக்கமும், சாதிய நிலவுடமை ஒடுக்குதல்களும் நிரம்பப் பெற்றிருந்த பகுதி (பழைய) தஞ்சை மாவட்டம் ஆகும். அந்நாளில் தடையின்றிப் பாய்ந்த காவிரி நீரால் வளம் கொழித்திருந்த நிலவுடமைச் செருக்கும், அது ஏற்படுத்தியிருந்த மிதமிஞ்சிய உபரியும் இதற்கான முக்கியப் பின்புலங்களுள் சில. இத்தஞ்சை மாவட்டத்தில் (இன்றைய திருவாரூர் மாவட்டம்) தஞ்சாவூர் – திருவாரூர் பெருவழியில் அமைந்துள்ள வளமிக்க ஊர்தான் நீடாமங்கலம். காவிரியின் கிளை ஆறான வெண்ணாறு இவ்வூரைத் தழுவிச் செல்கிறது. தஞ்சை, திருவாரூர், கும்பகோணம் என்ற முக்கோணங்களிடையே மன்னார்குடி தாலுகாவில் இவ்வூர் அமைந்துள்ளது.

வேதப் பார்ப்பனர்களின் முற்றுரிமை உடைய பகுதி என்பதை உணர்த்தும் பெயர்ச்சொல் ‘மங்கலம்’ என்பது. நீடாமங்கலமும்* இதற்கு விலக்கல்ல.

---

* நீராட்டு மங்கலம் அல்லது நீடாழி மங்கலம் என்பதே மருவி நீடாமங்கலம் ஆயிற்று என்பர். தஞ்சை மராட்டிய மன்னர் பிரதாப சிங் (1739–1763) காலத்தில் அவரது மனைவி யமுனாம்பாளின் பெயர் நீடாமங்கலத்திற்குச் சூட்டப்பட்டு அது யமுனாம்பாள்புரம் என அழைக்கப்பட்டது. இன்றைய பழைய நீடாமங்கலமே முன்னர் யமுனாம்பாள்புரமாக பெயர் மாற்றம் பெற்ற பகுதியாகும் (புலவர் செ. இராசு (பதி) *தஞ்சை மராட்டியர் கல்வெட்டுக்கள்*, பக். 156–157). பெரிய கோயில்களில் இறைத்திருமேனிக்கு நீராட்டுச் சடங்கு நிகழ்த்தும்பொருட்டு அச்சடங்கினை இயற்றும் பார்ப்பனர்களுக்கு இவ்வூர் கொடையாக வழங்கபட்டிருக்கலாம். எனின் அதன் பொருட்டு இவ்வூர் இப்பெயர் பெற்றிருக்கக்கூடும்.

வைதீகர்கள் மற்றும் நிலவுடைமையாளர்கள் ஆதிக்கம் பெருத்த இவ்வூரில் உடமை வளம் படைத்த சைவ, வைணவக் கோயில்கள் உண்டு. அவற்றுள் சந்தான ராமசாமி கோயிலும் ஒன்று. இத்தெய்வத்தின் பெயர் தாங்கிய பெருநிலவுடைமையாளர்தான் டி.கெ.பி. சந்தான ராமசாமி உடையார்.* இவர் டி.கெ. பாலசுப்பிரமணிய உடையார் என்பவரின் மகன். இளவயதிலேயே மன்னார்குடி தாலுகா காங்கிரஸ் கமிட்டியின் தலைவராக இருந்த இவர் 1937இல் பாபநாசத்தில் நடந்த காங்கிரஸ் அரசியல் மாநாட்டில் வரவேற்புக் குழுத் தலைவராகவும் இருந்திருக்கிறார்.[50]

நீடாமங்கலத்தின் வடபுறமாயுள்ள அரவூரைச் சேர்ந்த ஏ.எஸ்.பி. ரெத்தினசபாபதி உடையார் என்பார் இவரது உடன்பிறந்த தமையன். பெருநிலவுடைமையாளரும் அரிசி ஆலை அதிபருமான ஏ.எஸ்.பி.ஆர். உடையாரும் தஞ்சை பகுதியில் காங்கிரஸ் கட்சியின் ஒரு முக்கியத் தலைவராவார். இவரது மாளிகையும் அதன் பின்புறம் இவரது அரிசி ஆலையும் நீடாமங்கலத்தில் ஒரே வளாகத்தில் அமைந்திருந்தன. வல்லபாய் படேல் போன்ற காங்கிரஸ் கட்சியின் அகில இந்தியப் பெருந்தலைவர்கள் பலரும் இவரது மாளிகைக்கு வந்துள்ளனர்.[51] 1937இல் 21 வயதேயான டி.கெ.பி. சந்தான ராமசாமி உடையார் மன்னார்குடி, கும்பகோணம், பாபநாசம் தாலுகாக்களில் பரவிக் கிடந்த சுமார் 900 ஏக்கர் நஞ்சை நிலத்திற்கு உடமையாளர். தஞ்சையில் ஸ்ரீ வெங்கடேசுவரா பிலிம்ஸ் என்ற நிறுவனமும் இவருக்கு உண்டு. இவரது மாளிகையும் அரிசி ஆலையும் நீடாமங்கலம் அருகே ஒரட்டூரில் அமைந்திருந்தன.[52] சிறு வயதிலேயே தாய்வழிப் பாட்டனாரால் சுவீகாரம் செய்து கொள்ளப்பட்டுத் தனிக் குடும்பமாகவே இருந்துவந்த இவரைப் 'பார்ப்பனர்களாலும் சுவாதீனப் படுத்தப்பட்டவர்' எனக் 'குடிஅரசு' கணித்திருந்தது.[53] பின்னாட்களில் நீடாமங்கல வன்கொடுமை தொடர்பாக 'விடுதலை' மீது இவர் தொடுத்த வழக்கில் வாக்குமூலமாக இவர் அளித்தனவற்றில் விரவிக்கிடக்கும் இவரது 'சமூகப்பார்வை' 'குடிஅர'சின் கணிப்பை உண்மையெனக் காட்டும்.[54]

---

* இவரது பெயரின் ஈற்றில் வரும் 'உடையார்' எனும் சொல் ஒரு குறிப்பிட்ட சாதியைக் குறிக்கும். 'மலையமான்' என்பது இச்சாதியின் பழந்தமிழ்ப் பெயர். இச்சாதியைச் சேர்ந்த பெரும்பாலோர் சிறிதளவு நிலத்தையேனும் உடமையாகப் பெற்றிருப்பர். இது தமிழ்நாட்டின் பிற்படுத்தப்பட்ட சாதிகளுள் ஒன்று ஆகும்.

இவ்வூரில் சு.ம. இயக்கமும் வெகு வலுவோடு இருந்துள்ளது. அ. ஆறுமுகம்* என்பார் அதன் தலைவர்.[55] கே.சி. ரெங்கராஜன், தங்கையன் என்ற சு. நாராயணன், அண்ணாமலை, ராதா, எஸ்.கே.வி. ராஜகோபால், கே. ராஜகோபால், முல்லைவாசல் பி.எஸ். ரத்தினசபாபதி, பழைய நீடாமங்கலம் கனகசபாபதி, சி. ஞானாநந்தம்† போன்றவர்கள் அப்பகுதியில் இயங்கிய சு.ம.காரர்களில் முக்கியமான சிலர். தேர்தல் நிதி திரட்டலுக்காக ஏ.எஸ்.பி.ஆர். உடையார் மாளிகைக்கு வந்திருந்த வல்லபாய் படேல், சத்தியமூர்த்தி, சி.பி. சுப்பையா, சர்தார் வேதரத்தினம் ஆகியோருக்குச் சு.ம. இயக்கத்தினரால் கருப்புக்கொடி காட்டப்பட்ட நிகழ்வும்,[56] சந்தான ராமசாமி கோயில் தேர்த் திருவிழாவில் டி.கெ.பி.எஸ். உடையார் தலைமையில் தேரின் மீது, முன் இல்லாத வழக்கமாகக் காங்கிரஸ் கொடி பறக்கவிடப்பட்டபோது[57] அதனைக் கண்டித்து சு.ம. இயக்கத்தினர் மறியல் நடத்தியதும், பின்னர் இப்பிரச்சனை வழக்கு மன்றம் வரை சென்று இறுதியில் சு.ம. இயக்கத்தினர் அவ்வழக்கில் வெற்றி பெற்றதும்[58] இவ்வூர் சு.ம. இயக்கத்தின் வலிமைக்கும் அது தொடர்ந்து காங்கிரஸ் கட்சியோடும் அதனைச் சேர்ந்த உடையார் சகோதரர்களின் ஆதிக்கத்தோடும் முரண்பட்டு வந்ததற்கும் சான்றுகளாகும்.

இவ்வூரில்தான் தென்தஞ்சை ஜில்லா காங்கிரசின் 3வது அரசியல் மாநாடு 28.12.1937 (திங்கள்) அன்று நடைபெற்றது.

* நீடாமங்கலம் பகுதியில் சு.ம. இயக்கத்தைத் தோற்றுவித்தவர்களுள் இவர் முக்கியமானவர். காளாச்சேரி கிராம முன்சீப்பாக இருந்தவர். 1934–1939, 1946–1953 ஆகிய காலகட்டங்களில் யூனியன் போர்டு தலைவராகவும் இருந்துள்ளார். நீடாமங்கலம் 'சமதர்ம சங்கத்திற்கும்' இவரே தலைவராக இருந்துள்ளார். ஆரம்பகாலம் முதலே 'குடிஅரசு' இதழின் வாசகராக இருந்துவந்தவர். பிணம் எரித்தல், பறை அடித்தல் போன்ற தொழில் செய்த பாவாடை என்ற தாழ்த்தப்பட்ட தோழரை போர்டு உறுப்பினராக்கியவர். போர்டு கூட்டங்களில் அவரை அனைவரோடும் சமமாக அமரச் செய்தவர். மின்சார வசதி நீடாமங்கலத்திற்கு வந்தபோது தாழ்த்தப்பட்டோர் குடியிருப்புகளுக்கும் மின் இணைப்பு தந்தவர். மேலும் நீடாமங்கல வன்நிகழ்வின் தொடர்பில் சு.ம.காரர்களுக்கும் காங்கிரஸ்காரர்களுக்கும் இடையே எழுந்த சண்டையின்போது டி.கெ.பி.எஸ். உடையார் தன் ஆட்களிடத்தில் சு.ம.காரர்களை எங்கு பார்த்தாலும் வெட்டுங்கள் என்று பேசியதாகக் கேள்விப்பட்ட இவர் அதன்பின் உடையாரின் மாளிகை வழியாகச் செல்லநேர்ந்தபோதெல்லாம் அதன் வாசலுக்கு சற்று முன்னரே தன் வண்டியிலிருந்து இறங்கி அவ்வாசலைக் கடக்கும் வரை நடந்து சென்று பின்னர் வண்டியிலேறிச் செல்வதைத் தன் வழக்கமாக கொண்டிருந்தவர். (தகவல் அளித்தவர் ஆ. சுப்பிரமணியன், நீடாமங்கலம்).

† நீடாமங்கலத்தில் வளர்ந்தவர். இவருடைய சகோதரர் செல்லையா முதலியார் ஆவார். இவர் இவ்வூரில் குடியேறியவர். இவர் பொறுப்பில்தான் ஞானானந்தம் வளர்ந்தார். பி.லிட்., வரை படித்தார். கைவல்ய சுவாமி யிடம் சீடராக இருந்துள்ளார். ஆங்கிலப் புலமையுள்ள இவர் 'ரிவோல்ட்', 'குடிஅரசு' ஏடுகளில் நிறைய எழுதியுள்ளார். பின்னாளில் ஞானாநந்த சுவாமிகள் எனவும் அறியப்பட்டவர் (தகவல் அளித்தவர் ஆ. சுப்பிரமணியன், நீடாமங்கலம்).

டி.கெ.பி.எஸ். உடையார்தான் இம்மாநாட்டின் வரவேற்புக் கழகத் தலைவர். அவரது மாளிகையில்தான் இம்மாநாடும் அதனையொட்டி நிகழ்ந்த சமபந்தி விருந்தும் நடைபெற்றன.* மேலும் இம்மாநாட்டைத் திறந்து வைத்தவர் மராமத்து இலாகா அமைச்சரான யாகூப் ஹாசன் ஆவார்.[59] ஓமந்தூர் ராமசாமி ரெட்டியார் தலைமையில்[60] காலை 10 மணிக்கு தொடங்கிய இம்மாநாட்டில் சர்தார் அ. வேதரத்தினம், என்.எஸ். வரதாச்சாரி, சி.பி. சுப்பையா, பட்டுக்கோட்டை நாடிமுத்துப் பிள்ளை, டி.கெ. சீனிவாசய்யர், பூவராக அய்யங்கார், கோபாலகிருஷ்ணய்யர், சிவசுப்பிரமணிய அய்யர், ஆர்.எம். கோவிந்தசாமி செட்டியார், சுவாமிநாதன் செட்டியார், அனுமந்தபுரம் பண்ணை உரிமையாளர் சுவாமிநாதய்யர் உள்ளிட்ட காங்கிரசின் முக்கியப் பிரமுகர்கள் கலந்துகொண்டிருந்தனர்.[61] தாழ்த்தப்பட்ட மக்களின் சார்பாக மாநாட்டில் பிரதிநிதியாகக் கலந்துகொண்டவர் சென்னை சட்டமன்ற உறுப்பினரான மன்னார்குடி குழந்தைவேலு

---

* இது அங்கு வன்கொடுமைக்கு ஆளான தாழ்த்தப்பட்ட மக்களின் கூற்று. (விடுதலை, 19–1–1938, ப. 1) இக்கொடுமையை முதன்முதலில் உலகிற்கு வெளிப்படுத்திய 'விடுத்லை' நாளேட்டின் நிருபரும் இவ்விதமே கூறுகிறார் (விடுதலை, 3–1–1938, ப. 2). ஆயின், இப்பிரச்சனை தொடர்பாக 'விடுதலை' மீது வழக்கு நடந்தபோது, டி.கெ.பி.எஸ். உடையார் அளித்த வாக்குமூலத்தில் நீடாமங்கலத்தில் உள்ள தனது தமையனார் ஏ.எஸ்.பி.ஆர். உடையாரின் அரிசி ஆலை வளாகத்தில்தான் இம்மாநாடு நடந்ததாகவும், மாநாட்டின் இடையே நடைபெற்ற சமபந்தி விருந்தும்கூட அம்மாநாட்டு பந்தலிலேயே நடைபெற்றதாகவும் கூறுகிறார் ('விடுதலை', 9–4–1938, ப.2). மாநாடு நடந்த வளாகத்தில் எந்தெந்த இடத்தில் என்னென்ன நடைபெற்றன என்று குறிக்கப்பெற்ற வரைபடம் *(exhibit)* ஒன்றும் உடையார் தரப்பினரால் நீதிமன்றத்தில் அளிக்கப்பெற்றிருந்ததை அவரின் வாக்குமூலம் கொண்டு அறியமுடிகிறது. 7–3–2011 அன்று ஆய்வாளர் நீடாமங்கலத்திற்கு நேரில் சென்று, தாக்குதலுக்கு உள்ளாகி அன்று வாழ்ந்துகொண்டிருந்த கா. அப்பாசாமி(86)யுடன் நிகழ்த்திய நேர்காணலில், ஏ.எஸ்.பி.ஆர். உடையாரின் மாளிகையும் அரிசி ஆலையும் நீடாமங்கலத்தில் ஒரே வளாகத்தில்தான் இருந்தது எனவும், மாளிகை முன்புறமும் அரிசி ஆலை பின்புறமும் அமைந்திருந்தன எனவும், மாளிகையில் இருந்து ஆலைக்குப் போகும் பாதையில்தான் சமபந்தி விருந்து நடைபெற்றது எனவும் தெரிவிக்கிறார் (நேர்காணல், 7–3–2011). ஆய்வாளரின் கள ஆய்வில், அரிசி ஆலை இடிக்கப்பட்டு அது இருந்த இடம் பெரிய மைதானமாகவும், மாளிகையின் பின்பகுதி முழுக்க இடிக்கப்பட்டு முன்புறம் ஒரு சிறுபகுதி மட்டுமே எஞ்சி இருப்பதையும் கண்டார். உடையார் குறிப்பிடுகின்ற இடமே கூட மாநாடு நடந்த இடமாக இருக்கலாம். உடையாரே வரவேற்புக் கழகத் தலைவராக இருந்த நிலையிலும் அவரது உடன்பிறந்த அண்ணனுக்குச் சொந்தமான மாளிகை வளாகத்தில் மேற்படி மாநாடு நடந்த நிலையிலும், பாதிக்கப்பட்ட மக்கள் அதனை டி.கெ.பி.எஸ். உடையாரின் மாளிகை எனக் குறிப்பிட்டிருக்கக்கூடும். மாநாடு எங்கு நடந்தது என்பது இங்கு முக்கியக் கேள்வி அல்ல. மாறாக, தாழ்த்தப்பட்ட மக்களுக்கு நேர்ந்த கொடுமையும் அதற்கு பரிகாரம் தேடிய சு.ம. இயக்கத்தின் நடவடிக்கைகளுமே முக்கியமானவை. மாநாடு நடந்த இடம் குறித்துக் கிடைக்கும் இரு முரண்பட்ட விவரங்களால் இம்முக்கியத்துவத்தை ஒருபோதும் குறைத்து விடமுடியாது.

நயினார் பிள்ளை மட்டுமே.[62] எஸ்.கே. மகாலிங்கம் பிள்ளை* எஸ்.சி. வெங்கட்ராமன், ஆலங்குடி மாணிக்கம் பிள்ளை, எஸ். ராஜகோபால் முதலியவர்களும் இம்மாநாட்டில் கலந்து கொண்ட அப்பகுதியைச் சேர்ந்த காங்கிரஸ் பிரமுகர்கள் ஆவர்.[63] இவர்கள் தவிர நீடாமங்கலத்திலிருந்து இரண்டு மைல் தொலைவிலிருக்கும் அனுமந்தபுரம் சுவாமிநாதய்யரின் பண்ணையாட்களான[64] முக்கட்டை வேளாங்கண்ணி மகன் தபஸ்ராயன் என்ற தேவசகாயம், பள்ளப்பரியாரி கதிர்வேல் மகன் ஆறுமுகம், பழைய நீடாமங்கலம் காமாக்ஷி மகன் ரெத்தினம் உள்ளிட்ட சில தாழ்த்தப்பட்ட மக்களும் மாநாட்டை வேடிக்கை பார்க்க வந்திருந்தனர்.[65]

28–12–1937 முற்பகல் மாநாடு முடிந்ததும் பிற்பகல் சுமார் 12 மணிக்கு மேல் சாப்பாட்டு வேளைக்காக மாநாடு தற்காலிகமாகக் கலைந்தது. பிற்பகல் உணவு சாதி மத பேதமின்றி அனைவரும் பங்கு கொள்வதற்குரிய சமபந்தி போஜனமாக அறிவிக்கப்பட்டிருந்தது.[66] எனவே அதில் எல்லாச் சாதியாரும் கலந்துகொண்டு சாப்பிடலாம் என மாநாட்டார் அறிவித்ததை ஒட்டியும்,[67]† எல்லாரும் வரலாம் என்று 2, 3 முறை அழைத்ததின் பேரிலும் பயந்தபடி வெளியில் நின்று கொண்டிருந்த அத்தாழ்த்தப்பட்ட மக்கள் சாப்பாட்டு பந்தியில் அமர்ந்து சாப்பிடத் தொடங்கினார்கள்.[68] அவர்கள் இவ்வாறு சாப்பிட்டுக்கொண்டிருக்கும்போதே, டி.கெ.பி.எஸ். உடையாரின் தூண்டுதலின் பெயரில்[69] அவரது ஏஜென்டான சபாபதி உடையார்‡ வந்து அவர்கள் தலைமுடியைப் பிடித்து,

* 1934இல் மன்னார்குடி தாலுகா ஹரிஜன சேவா சங்கத் தலைவராக இருந்தவர். தாழ்த்தப்பட்டோர் முன்னேற்ற விஷயத்தில் இத்தாலுகா சங்கத்தில் உள்ள பார்ப்பனரல்லாத நிர்வாகிகளின் கருத்துக்களுடன் மாகாணச் சங்கம் தொடர்ந்து முரண்பட்டு வந்ததாலும் இதன் தொடர்பில் பார்ப்பன நிர்வாகிகளின் கருத்துக்களுக்கே ஆதரவாகச் செயல்பட்டு வந்ததாலும் அதனைக் கண்டித்து அச்சங்கத்திலிருந்து விலகியவர் (*குடிஅரசு*, 15–4–1934, ப. 16)

† இது வன்முறைக்கு ஆளான தாழ்த்தப்பட்ட மக்களின் கூற்று. ஆனால், இது தொடர்பாகப் பின்னர் நடைபெற்ற வழக்கின்போது தான் அளித்த வாக்குமூலத்தில் டி.கெ.பி.எஸ். உடையார் இதனை மறுத்திருந்தார் (*விடுதலை*, 18–4–1938, ப.3). 'சமபந்தி' என்பதன் பொருள் உடையாருக்கே வெளிச்சம்.

‡ சபாபதி உடையார் என்ற பெயரில் தனக்கு ஏஜெண்ட் யாரும் இல்லை எனத் தனது வாக்குமூலத்தில் டி.கெ.பி.எஸ். உடையார் மறுத்திருந்தார் (*விடுதலை*, 9–4–1938, ப. 2). ஆனால், வன்முறைக்கு ஆளான தேவசகாயம், ரெத்தினம், ஆறுமுகம் ஆகியோர் சபாபதி உடையாரின் பெயரைக் குறிப்பிட்டிருக்கிறார்கள் (*விடுதலை*, 29–1–1938, ப. 2, 3). எனவே, மேற்படி நபர் சட்ட நடவடிக்கைகளுக்குப் பயந்து தலைமறைவாகியிருக்கக்கூடும் என ஊகிக்கலாம். மேலும் டி.கெ.பி.எஸ். உடையாரின் வண்டிக்காரரான உத்திராபதி என்பாரும் அடித்தவர்களில் ஒருவர் எனத் தகவல்கள் தெரிவிக்கின்றன. ஆனால் இவர் குறித்த பதிவுகள் 'விடுதலை', 'குடிஅரசு' ஏடுகளில் காணக் கிடைக்கவில்லை. (தகவல்: நீடாமங்கலம் ஆ. சுப்பிரமணியன், 8–10–2009ஆம் நாளிட்ட கடிதம்.)

'ஏண்டா பள்ளப்பயல்களா? உங்களுக்கு இவ்வளவு ஆணவமா? இந்தக் கூட்டத்தில் வந்து சாப்பிடலாமா? என்று கேட்டு[70] பக்கத்தில் கிடந்த சவுக்குக் கட்டையை எடுத்து அம்மூவரையும் அடித்தார். அடி பொறுக்க முடியாமல் அவர்கள் அலறியபோது அங்கிருந்த போலீசார் வந்து அவர்களை அடிக்காமல் தடுத்து சமாதானம் செய்து அவர்களை மாநாட்டிலிருந்து வெளியேற்றினார்கள்.[71] அடிப்பட்ட மூவரில் ஒருவரான ரெத்தினம், அடிதாங்க முடியாமல் வெண்ணாற்றில் விழுந்து அக்கரை ஏறித் தப்பினார்.[72] பின்னர் அவரும், தாக்குதலுக்கு உள்ளான மற்ற தோழர்களும் வெண்ணாற்றுக்கு வடபுறம் கும்பகோணம் சாலையில் இருந்த கிளியூரைச் சார்ந்த சோமு கொண்ணமுண்டார்* என்பார் நடத்தி வந்த நாடகக் கொட்டகையில் பாதுகாப்புக்காக ஒளிந்துகொண்டனர்.† தேவசகாயம் உள்ளிட்ட மூன்று தாழ்த்தப்பட்டோர் மீதும் தாக்குதல் தொடங்கியவுடன் பந்தியில் அமர்ந்து சாப்பிட்டுக்கொண்டிருந்த பி. சாமியப்பன், பி. உத்தராசி, ம. கோவிந்தசாமி, வை. வீரமுத்து, முருகையா, சாமியப்பன், பேச்சிமுத்து உள்ளிட்ட பிற தாழ்த்தப்பட்ட தோழர்களும் பந்தியைப் பாதியில் விட்டுவிட்டு எழுந்து சென்றனர்.[73] மாநாட்டில் உணவருந்திய தாழ்த்தப்பட்ட தோழர்கள் அனுமந்தபுரம் பண்ணையைச் சேர்ந்தவர்கள் என அறிந்த டி.கெ.பி.எஸ். உடையார் அங்கும் இதுபற்றி தெரிவித்தார். எனவே 29–12–1937 (செவ்வாய்) அன்று காலை மேற்படி பண்ணையில் அவர்கள் அறுவடை வேலை செய்துகொண்டிருந்தபோது அப்பண்ணை ஏஜெண்ட் கிருஷ்ணமூர்த்தி அய்யர் அங்கு வந்தார்.[74] 'கூட்டத்தில் பந்தியில் உட்கார்ந்து சாப்பிட்டது யார்? அவர்களைக் கொண்டுவா' என்று சொன்னார். முதலில் தேவசகாயம் போனார். அப்போது அய்யர், 'அவனை சும்மா கொண்டு வருகிறாயே, அடி படவாவை!' என்று ஆணையிட்டார். உடனே தலையாரி மாணிக்கம், தடிக்கம்பால் அடித்துக்கொண்டே அவரை நடத்திக்கொண்டு வந்தார். அடி பொறுக்க முடியாமல் ஓடிய தேவசகாயத்தைப் பிடித்துக்கொண்டுவந்து விளா மரத்தில் கட்டிவைத்து மீண்டும் தடிக்கம்பால் தாக்கினர்.[75] பின்னர் நாட்டாண்மைக்கார‡ அடைக்கலம், சின்ன நாட்டாண்மை ராமன் ஆகியோரை அழைத்து அவர்களுக்கு மொட்டையடிக்கும்படி அய்யர் கட்டளை இட்டார். அவரது ஆணைப்படி பள்ளப்பரியாரி§

* 'கொண்ணமுண்டார்', 'வீரமுண்டார்' போன்ற பட்டப்பெயர்கள் பிற்படுத்தப் பட்ட சாதியினரான தஞ்சைக் கள்ளர் சமூகத்திற்கு உரியனவாகும்.

† தகவல்: நீடாமங்கலம் ஆ. சுப்பிரமணியன், 8–10–2009 நாளிட்ட கடிதம்

‡ தாழ்த்தப்பட்ட சமூகத்தின் நாட்டாண்மை.

§ பள்ளர் சாதியினருக்கு மட்டும் முடிதிருத்தும் தொழிலாளி. 'மேல்' சாதியினருக்கு இவர்கள் முடிதிருத்துவதில்லை. மேல் சாதியினருக்கு இவ்வேலைகளைச்

கதிர்வேல் மகன் ஆறுமுகம் தன்னைப்போலவே பந்தியில் கலந்துகொண்ட தேவசகாயம் உள்ளிட்ட சில தாழ்த்தப்பட்ட தோழர்களுக்கு மொட்டையடித்தார்.[76] பின்னர் அதே பந்தியில் கலந்துகொண்ட ஆறுமுகத்திற்கும் மொட்டையடிக்க வேண்டும் என்ற நெருக்கடி ஏற்பட்டபோது அவரது தந்தை கதிர்வேல், 'தன் மகன் திருமணம் செய்துகொள்ளப்போகும் புது மாப்பிள்ளை, எனவே அவனுக்கு விதிவிலக்குக் கொடுங்கள்' என ஏஜெண்டு அய்யரின் கால்களில் விழுந்து கதறினார். உடனே அய்யர் உச்சியில் மட்டும் சிறிது முடியை விட்டுவிட்டு மற்ற பகுதிகளை மழித்துவிட 'தயை' கூர்ந்தார்.[77] பழைய நீடாமங்கலம் காமாஷி மகன் ரெத்தினம், அவ்வூரைச் சார்ந்த பொன்னுச்சாமி வீரமுண்டார்* என்பார் உதவியுடன் அனுமந்தபுரத்திற்கு அடித்து இழுத்துவரப்பட்டார். அவருக்கும் மொட்டையடிக்கப்பட்டது.[78] மொட்டையடிக்கப்பட்ட அனைவரின் தலையிலும் வாயிலும் சாணிப்பாலை† ஊற்றி அவமானப்படுத்தினார்கள்.[79]‡ பந்தியில் உணவருந்திய சுமார் 20 தாழ்த்தப்பட்ட தோழர்களுக்கும் அன்றே மொட்டையடிக்கப்பட்டுச் சாணிப்பால் ஊற்றப்பட்டது. அவர்களின் பெயர்களை அவர்களுக்கு மொட்டையடித்துத் தானும் அரைகுறையாக முடியிழந்த பரியாரி ஆறுமுகம் நினைவிலிருந்து 'விடுதலை' ஏடு பதிவு செய்துள்ளது.[80] அவை வருமாறு: தேவசகாயம், செல்வம், துளசி, ராமையன், கூத்தன், செங்கோல், சின்னப்பன், எஸ். ஆரோக்கியம், செல்லஆரோக்கியம்,

---

செய்யும் தொழிலாளிகளுக்கும் இவர்களுக்கும் மணஉறவு கிடையாது. இவர்கள் பறையர்களுக்கும் தொழில் செய்வதில்லை. மாறாக அவர்களுக்குக் கத்தி, கத்தரிக்கோல் ஆகிய கருவிகளைத் தருவார்கள். அதைப் பெற்றுக்கொள்ளும் பறையர்கள் அவர்களுக்கு அவர்களே முடி திருத்திக்கொள்வார்கள். கருவிகளைத் திரும்பவாங்கும்போது நீரால் கழுவி, 'சுத்தப்படுத்தியே' வாங்குவார்கள் (நேர்காணல் : கா. அப்பசாமி, 7.3.2013, நீடாமங்கலம்)

* இவ்வன்நிகழ்வு தொடர்பாகப் பின்னாளில் வழக்கு நடைபெற்றபோது டி.கெ.பி.எஸ். உடையாருக்கு ஆதரவாகச் சாட்சி சொன்னவர்களில் இவரும் ஒருவர் (தகவல்: நீடாமங்கலம் ஆ. சுப்பிரமணியன், 8–10–09 கடிதம்).

† சாணிப்பால் புகட்டுதல், சவுக்கால் அடித்தல் என்பன அன்றைய தஞ்சை மாவட்ட கிராமங்களில் பரவலாக வழக்கில் இருந்த தண்டனைகள். தண்ணீர் ஊற்றிக் கரைத்த சாணத்தைத் துணியால் வடிகட்டி எடுப்பதே சாணிப்பால். இதைக் குடிக்க வைப்பது தஞ்சை மாவட்ட நிலக்கிழார்களின் தண்டனை முறை ஆகும். இதனைக் குடிக்க மறுத்தால், 'கொட்டம்' எனத் தென் தமிழகத்தில் அழைக்கப்படும் மாடுகளுக்கு மருந்து புகட்டும் மூங்கில் குழாயில் ஊற்றி வலுக்கட்டாயமாகப் புகட்டுவார்கள். இதை அருந்தியவர் வயிறு உப்பி வலியால் துடிப்பார். சில வேளைகளில் மரணமும்கூட நிகழும். (ஆ. சிவசுப்பிரமணியன், நீடாமங்கல கொடுமை (1937), *சிந்தனையாளன் பொங்கல் சிறப்பு மலர் 2007*, ப. 305, 308)

‡ இத்தோழர்களின் மொட்டையடிக்கப்பட்ட தலைகளில் கரும்புள்ளி, செம்புள்ளி குத்தி அனுமந்தபுரத்தில் ஊர்வலம் விட்டதாகவும் களத்தகவல்கள் (நேர்காணல்: கா. அப்பாசாமி, 7–3–2011, நீடாமங்கலம்) கூறுகின்றன. ஆனால் இச்செய்தி சு.ம. இயக்க ஏடுகளில் காணக்கிடைக்கவில்லை.

சூசை மாணிக்கம், கோபாலன், வீரையன், சாமியப்பன், பொ. ரெத்தினம், கா. ரெத்தினம், தங்கமுத்து, ஆறுமுகம் ஆகிய பதினேழு பேர் ஆவர். இவர்கள் தவிரவும், அப்பாசாமி த/பெ. காமாட்சி, நந்தனார் என்ற லட்சுமணன் த/பெ. கோவிந்தன், தனக்கோடி த/பெ. அருணாசலம் ஆகியோரும் அடங்குவர் எனக் களத்தகவல்கள் தெரிவிக்கின்றன.[81]

நீடாமங்கல வன்கொடுமை அம்பலமாதல்

தாழ்த்தப்பட்ட மக்கள்மீது நடத்தப்பெற்ற இக்கொடிய இழிவன்முறையைச் சு.ம. இயக்கமே முதன்முதலில் வெளியுலகிற்குக் கொண்டுவந்தது. "'ஹரிஜனங்களுக்கு' காங்கிரஸ் மரியாதை – பந்தியில் இருந்து சாப்பிட்டவர்களுக்கு அடி, தலைமயிர் மொட்டை, சாணி அபிஷேகம்,தென் தஞ்சை அரசியல் மாநாடு, அலங்கோலம்" என்று தலைப்பிட்டு இவ்வன் நிகழ்வை 'விடுதலை' பதிவு செய்திருந்தது.[82] இச்செய்தி வெளியிடுவதற்கான பின்னணியில் நீடாமங்கலத்தில் இயங்கிய சு.ம. தோழர்களே இருந்துள்ளனர். "...நீடாமங்கலம் சு.ம. காரர்களே இச்செய்தி 'விடுதலை'யில் வெளிவரக் காரணமாக இருந்திருக்க வேண்டும்" என்பதாக அமைந்த டி.கெ.பி.எஸ். உடையாரின் வாக்குமூலப் பதிவும் இதனை உறுதி செய்கிறது.[83] இது தவிரவும் நீடாமங்கலத்திலிருந்து கிடைக்கும் களத்தகவல்களும் இக்கருத்தை உறுதி செய்கின்றன. வன்நிகழ்வினை அறிந்த உடனேயே உள்ளூர் சு.ம.காரர்கள் இது குறித்த கண்டனத் துண்டறிக்கையைத் தயாரித்துப் பொது மக்களுக்கு விளம்பியுள்ளனர். நீடாமங்கலம் அருகேயுள்ள லெட்சுமாங்குடி என்ற ஊரில் இருந்த காலால் உதைத்து அச்சடிக்கும் இயந்திரத்தின் (டிரெடில்) மூலம் இத்துண்டறிக்கை தயார் செய்யப்பட்டுள்ளது. "ஹரிஜனங்களுக்கு காங்கிரஸ் மரியாதை" என்பதே அதன் தலைப்பு. அது 'விடுதலை'க்கும் அனுப்பப்பட்டது. 3.1.1938ஆம் நாளிட்ட 'விடுதலை'யில் வெளிவந்த இது குறித்த செய்தியின் தலைப்பும் மேற்கண்ட துண்டறிக்கையின் தலைப்பும் ஒன்றுபோல் இருப்பது குறிப்பிடத்தக்கது. இது தவிரவும் வன்நிகழ்வினை அறிந்தவுடன் நீடாமங்கல சு.ம சங்கத் தலைவர் அ. ஆறுமுகம் பெரியார் ஈ.வெ.ராவுக்குத் தந்திவழி அதனைத் தெரிவித்திருந்தார். தந்தியைப் பெற்ற கையுடன் 'விடுதலை' நாளிதழின் ஆசிரியர் குழுவிலிருந்த அ. பொன்னம்பலனாரைக் களவிசாரணைக்காக நீடாமங்கலத்திற்கு பெரியார் ஈ.வெ.ரா. அனுப்பி வைத்தார். நீடாமங்கலத்தில் உள்ள அ. ஆறுமுகம் இல்லத்திலும் அருகிலிருக்கும் கொரடாசேரியிலுள்ள தன் உறவினர்கள் இல்லத்திலும் தங்கி, வன்நிகழ்வு குறித்து அவருக்குக் கிடைத்துவந்த புலன்விசாரணை செய்திகளை 'விடுதலை'க்கு அனுப்பி வைத்துக் கொண்டிருந்தார்.[84]

'விடுதலை'யில் இச்செய்தி வெளியான பிறகே இக்கொடுமை பொதுமக்களுக்கும் குறிப்பாகத் தாழ்த்தப்பட்ட மக்களுக்கும் சென்று சேர்ந்து பெரும் கொந்தளிப்பை ஏற்படுத்தியது என அவதானிக்க முடிகிறது. எவ்வாறெனில் நீடாமங்கலம் கொடுமை நிகழ்ந்த ஒரு சில நாட்களுக்குள், அதாவது 3-1-1938 அன்று, அருப்புக்கோட்டையில், 'அருப்புக்கோட்டை தாலுகா 2வது பிறரால் தாழ்த்தப்பட்டவர்கள் மகாநாடு' என்ற ஓர் மாநாடு நடைபெற்றது. ஆனால் இதன் தீர்மானங்களில் நீடாமங்கல வன்முறை குறித்த கண்டனம் காணப்படவில்லை என்பதும்,[85] இவ்வன் நிகழ்வு குறித்த முதல் கண்டனமானது, 'விடுதலை'யில் இச்செய்தி வெளியான 3-1-1938க்கு மறுநாள், அதாவது 4-1-1938ஆம் நாளன்று ஆம்பூரில் நடந்த ஆதி திராவிட அபிவிருத்தி சங்க கூட்டத்தில்தான் எழுந்துள்ளது[86] என்பதுமாகிய இரு பதிவுகள் மேற்குறித்த அவதானிப்பை உறுதி செய்கின்றன. 'விடுதலை'யைத் தொடர்ந்து 'குடிஅரசு'ம் "காங்கிரஸ் ராஜ்ஜியத்தில் சித்ரவதை, தாழ்த்தப்பட்டோர் கைகண்ட பலன், எம்.பி. சொக்கநாதன் வேண்டுகோள்", என்று தலைப்பிட்டு நீடாமங்கலம் இழிவன்முறையைப் பதிவு செய்திருந்தது.[87] இக்கொடுமையைச் சித்ரவதை என்ற சொல்லால் 'குடி அரசு' அடையாளப்படுத்தியிருந்தமை, இவ்வன் நிகழ்வின் முக்கியத்துவத்தை அதன் பண்பளவில் கனம்கூட்டச்செய்வதாக அமைந்தது. 'விடுதலை', 'குடிஅரசு' வெளியிட்ட நீடாமங்கல வன்நிகழ்வு பற்றிய செய்திகள் மக்களிடம் குறிப்பாக சு.ம. இயக்கத்தவரிடமும் தாழ்த்தப்பட்டோரிடமும் கடும் எதிர்வினைகளை எழுப்பின. இவற்றை ஆட்சியாளர்களிடமும் பொதுமக்களிடமும் கொண்டு செல்கின்ற தளங்களாக 'விடுதலை'யும் 'குடிஅரசு'ம் தொடர்ந்து செயல்பட்டன.

~ ~

சுயமரியாதை இயக்கத்தின் எதிர்வினை

நீடாமங்கல வன்கொடுமை நிகழ்வு குறித்து எழுந்த எதிர்வினைகள் பலவகை வடிவங்களில், பதிவுகளாக, 'விடுதலை', 'குடிஅரசு' இதழ்களில் காணக் கிடைக்கின்றன இப்பதிவுகளை நாள்வாரி யாகவும் தலைப்பு வாரியாகவும் கீழ்வருமாறு வரிசைப்படுத்தலாம். நிகழ்வுகளைத் தொடர்ச்சி யாகவும் கோர்வையாகவும் விளங்கிக்கொள்ளும் பொருட்டு இரு இதழ்களின் பதிவுகளும் கலந்து, வரிசைப்படுத்தப்படுகின்றன.

வெளியான எதிர்வினைகளுள் 'ஹரிஜன மந்திரிக்கும் மேயருக்கும் சவால்' என்ற தலைப்பில் வெளியான 'விடுதலை' இதழின் துணைத்தலையங்கம் முக்கியமானது.[88] இப்பிரச்சனை தொடர்பாகக் காங்கிரஸ்காரர்கள் கருத்து ஏதும் தெரிவிக்காமல் அமைதி காத்துவருவதை இது கண்டித்தது. மேலும் சென்னை சட்டமன்றத்தில் இடம் பெற்றிருந்த தாழ்த்தப்பட்ட உறுப்பினர்களும், அச்சமூகத்தை சேர்ந்த காங்கிரஸ் அமைச்சர் வி.ஐ. முனிசாமி பிள்ளை, சென்னை நகரக் காங்கிரஸ் மேயர் ஜெ. சிவஷண்முகம் பிள்ளை போன்றவர்களும் ஏதும் பேசாமல் இருந்துவந்ததைக் கண்டித்தது. அவர்கள் இருவரும் வேறுசில சமபந்தி விருந்துகளில் கலந்துகொள்ளும் நிகழ்வுகள் விளம்பரத்தப்பட்டுவருவதைச் சுட்டும்

இத்துணைத்தலையங்கம், 'அவர்களது சமூகத்திற்கு மறுக்கப்படும் இம்மரியாதையை அவர்கள் மட்டும் ஒப்புக்கொள்வது நீதியல்ல' என்று கடிந்தது. தவிரவும், 'பார்ப்பனர்களின் மனப்போக்குக்கு இணக்கமாக இருப்பதற்கான பரிசாகத்தான் அவர்களுக்கு மாத்திரம் இச்சமபந்தி மரியாதை காட்டப்படுகிறதா?' எனவும் வினவியது. 'நீடாமங்கலம் மானக்கேட்டுக்கு பரிகாரம் தேட அவர்களால் முடியாவிட்டால், அவர்கள் பதவி விலகுவதே நியாயம்' என்றும் இடித்துரைத்தது.

நீடாமங்கல வன்நிகழ்வு குறித்து 'விடுதலை', 'குடிஅரசு' செய்திகளால் ஏற்பட்டிருந்த பரபரப்பான சூழலில் பெரியார் ஈ.வெ.ராவின் தஞ்சை மாவட்டச் சுற்றுப்பயணம் நிகழ்ந்தது. 16.1.1938 அன்று மாலை அவர் நீடாமங்கலத்தில் நடந்த சு.ம. பொதுக்கூட்டத்தில் பேசினார்.[89] அப்பேச்சில் நடந்து முடிந்த வன்செயல்கள் பற்றி நேருரையாக அவர் ஏதும் தெரிவித்ததாகப் பதிவுகள் கிட்டவில்லை.[90*] ஆனால் அவர் அவ்வூரிலிருந்தபோது வன்முறைக்கு ஆளான தாழ்த்தப்பட்ட மக்களில் சிலர் அவரிடம் முறையீடு ஒன்றை நேரடியாக அளித்தனர். இம்முறையீடானது 'விடுதலை' நாளிதழின் முதல் பக்கத்தில் வெளியிடப்பட்டது.[91] பி. சாமியப்பன், பி. உத்தராசி, ம. கோவிந்தசாமி, வை. வீரமுத்து, முருகையா, சாமியப்பன், பேச்சிமுத்து ஆகிய தாழ்த்தப்பட்ட தோழர்கள் கையொப்பமிட்டு அளித்த அம்முறையீடானது நடந்து முடிந்த வன்முறை நிகழ்வுகளை விவரித்ததுடன், அதன் விளைவாகக் காங்கிரஸ்காரர்கள் மீது, அவர்களுக்கு ஏற்பட்டிருந்த அவநம்பிக்கையையும், அதன் மறு தரப்பில் பெரியார் ஈ.வெ.ரா. மீது "...இந்தக் கொடுமையிலிருந்து எங்களை மீட்பதற்கு தங்களைத் தவிர வேறொருவரும் இல்லையென்றே எண்ணும்படியான நிலைக்கு வந்துவிட்டோம்..." என்று கூறும் அளவுக்கு அவர்களிடம் ஏற்பட்டிருந்த நம்பிக்கை உணர்வையும் வெளிப்படுத்தியது.[92]

---

* பெரியார் ஈ.வெ.ரா. நீடாமங்கலம் வந்தபோது தேவசகாயம், ரெத்தினம், ஆறுமுகம் உள்ளிட்ட வன்நிகழ்வுகளால் பாதிக்கப்பட்ட பலரும் டி.கெ.பி.எஸ். உடையார், அனுமந்தபுரம் பண்ணை ஏஜெண்ட் கிருஷ்ணமூர்த்தி அய்யர் ஆகியோரின் கட்டுப்பாட்டில் இருத்திவைக்கப்பட்டிருந்தனர். இதனை, நீடாமங்கலத்தில் பெரியார் ஈ.வெ.ராவின் பொதுகூட்டம் நடைபெற்ற நாளுக்கு முந்தின நாளான 15–1–1938இல் வன்நிகழ்வில் பாதிக்கப்பட்டோரைத் தன் மாளிகைக்கு வரவழைத்து அவர்களிடம் ஆசை வார்த்தைகள் காட்டித் தன்வயப்படுத்த முயன்ற உடையாரின் முயற்சி குறித்து 'விடுதலை'யில் வெளியான செய்தி (19–1–1938, ப. 1) ஒன்றும் உறுதிப்படுத்துகின்றது. தவிர, அச்சமயத்தில் 'விடுதலை' நாளிதழின் மீது உடையார் புகார் அளித்திருந்தார் எனவும் களத்தகவல்கள் (தகவல் : நீடாமங்கலம் ஆ. சுப்பிரமணியன் கடிதங்கள், 22–9–09, 8–10–09) தெரிவிக்கின்றன. எனவே இத்தகைய காரணங்களால்தான் பெரியார் ஈ.வெ.ரா. வன்நிகழ்வு குறித்து அப்பொதுக் கூட்டத்தில் ஏதும் பேசவில்லை என அறிய முடிகின்றது.

'தினமணி'யுடன் கருத்துப்போர்

நீடாமங்கல வன்முறையின் மூலவரான டி.கெ.பி.எஸ். உடையார் தனது செயல்கள் அம்பலப்படுத்தப்பட்டு விட்டதைத் தொடர்ந்து, அவற்றைத் திசை திருப்பும் முயற்சியாக, "பாதிக்கப்பட்ட மக்களை 15-1-1938 அன்று தன் மாளிகைக்கு வரவழைத்து அவர்களுக்குப் பணம் கொடுத்தும், வேண்டிய பல வசதிகளை செய்துதருவதாக வாக்கு கொடுத்தும் அவர்களிடம், 'வேண்டுதலின் பேரில் கோயிலுக்கு மொட்டை அடித்திருப்பதாக' எழுதி, பொய்க் கையெழுத்து வாங்கியிருப்பதாக"க் கிடைத்த ஒரு செய்தியையும் 'விடுதலை' நாளிதழ் அம்பலமாக்கியது.[93] மேலும், 'பாதிக்கப்பட்ட மக்களிடம் இதுபோன்ற பொய்க் கையெழுத்து வாங்கும் முயற்சி நடக்கும்; அது பின்னர் ஒரு அறிக்கையாகவும் வெளிவரும்' என்ற இதன் தொடர்பிலான முன்அனுமானங்களையும் 'விடுதலை' இரு நாட்களுக்கு முன்பே வெளியிட்டிருந்தது என்பதும் இங்கு குறிப்பிடத்தக்கது.[94] 'விடுதலை'யின் இவ்வனுமானங்கள்கூட நீடாமங்கலம் பகுதியிலிருந்த அதன் நிருபரால்* 16.1.1938 அன்று அனுப்பப்பட்டிருந்த களத்தகவலின் அடியாகவே வெளியிடப்பட்டிருந்தன[95] என்பதும் இங்கு குறிப்பிடத்தக்கது.

'விடுதலை'யின் மேற்கண்ட இரு முன் அனுமானங்களுள் இரண்டாவதும் நடந்தேறியது. அதாவது 18.1.1938ஆம் நாளிட்ட 'தினமணி' ஏட்டில், "சுயமரியாதைக்காரர் புளுகு, தென் தஞ்சை மாநாட்டைப் பற்றி புரளி, 'ஹரிஜனங்களின்' மறுப்பு" என்ற தலைப்பிட்டு, தேவசகாயம், சூசை, ஆறுமுகம் ஆகியோரின் படத்துடன் வெளியிடப்பட்ட செய்தியே[96] அது ஆகும். காங்கிரஸ் சார்பு நாளேடான 'தினமணி' வெளியிட்ட இம்மறுப்பினைத் தொடர்ந்து, சு.ம. இயக்க ஏடுகளான 'குடிஅரசு'ம் 'விடுதலை'யும் 'தினமணி'யோடு நீடாமங்கல வன்நிகழ்வை மையமிட்ட ஒரு கருத்துப்போரைத் துவக்கின. 'தினமணி'யின் மறுப்பை 'விடுதலை'யின் துணைத் தலையங்கம், 'புளுகுவது எது, 'தினமணி'யா? 'விடுதலை'யா? என்று தலைப்பிட்டுக் கேள்விக்குட்படுத்தியது. 'தினமணி' வெளியிட்டிருந்த புகைப்படத்தின் நம்பகத்தன்மையைப் பற்றிக் கேள்வி எழுப்பிய இத்துணைத் தலையங்கம், 3-1-1938ஆம் நாள் வெளியான இச்செய்தி குறித்து இதுநாள் (18-1-1938) வரை 'தினமணி' அமைதி காத்தது ஏன்? என்றும், இச்செய்தியினால் நேரடியாகப் பாதிக்கப்பட்ட நீடாமங்கலம் டி.கெ.பி.எஸ். உடையார், அனுமந்தபுரம் பண்ணை ஏஜெண்ட் கிருஷ்ணமூர்த்தி அய்யர் ஆகிய இருவரும் இதுவரை அமைதி காப்பது ஏன் என்றும், சென்னையை முகாமிட்டே இம்மறுப்பு

---

* இவர் சுயமரியாதை இயக்கத்தின் முனைப்பான தலைவர்களில் ஒருவரான அ. பொன்னம்பலனாராகவே இருக்க வேண்டும்.

வெளியிடப்பட்டிருப்பதால் சென்னையிலேயேகூட இது ஏன் தயாரிக்கப்பட்டிருக்கக் கூடாது? என்றவாறான கேள்விகளை எழுப்பியது. 'வன்முறைக்கு உள்ளானவர்கள் சூழ்நிலையின் கட்டாயத்தினால்தான் கையொப்பம் இட்டார்கள் என்பதற்கான ஆதாரங்கள் தன்னிடம் உண்டு எனவும், எந்தச் சமயத்திலும் இதனை உறுதிப்படுத்தத் தயார்' என்றும் அத்தலையங்கம் தெரிவித்தது.

இச்சிக்கலில் 'விடுதலை'யின் நிலைப்பாட்டுக்கு வலுச்சேர்க்கும் செய்தி ஒன்று 'காங்கிரஸ்காரர்களின் மனமறிந்த பொய்' என்ற தலைப்பில் 'விடுதலை'யில் வெளியானது.[97] மன்னார்குடியைச் சேர்ந்த நகரசபை உறுப்பினரும், சு.ம. இயக்கத்தைச் சார்ந்தவருமான கே.ஆர்.ஜி. பால் என்பவர் எழுதிய கடிதமே அது. அதில், 'நடந்த நிகழ்வு உண்மை என்பதை அம்மகாநாட்டில் கலந்து கொண்ட காங்கிரஸ் தோழர்களான எஸ்.கே. மகாலிங்கம் பிள்ளை, எஸ்.சி. வெங்கட்டராமன், ஆலங்குடி மாணிக்கம் பிள்ளை, எஸ். ராஜகோபால் முதலியவர்கள் தன்னிடம் நேரில் கூறியதாகக் குறிப்பிடுகிறார். தவிரவும் அம்மகாநாட்டிலேயேகூட, 'இவ்வன்முறைக்கு காரணமானவர்களைக் கண்டிக்க வேண்டும்' என அதில் கலந்துகொண்ட பலரும் குரல் எழுப்பியதாகவும், ஆயின், என்.எஸ். வரதாச்சாரி, அ. வேதரத்தினம் பிள்ளை முதலிய தலைவர்கள் நடந்த நிகழ்வுக்கு வருத்தம் தெரிவித்ததன் மூலம் அந்த அளவில் அவர்களைச் சமாதானப்படுத்தியதாகவும் குறிப்பிடுகிறார். மேலும், அதில் மொட்டை அடிக்கப்பட்ட பலருடன், அரைகுறையாக முடி இழந்த சிலரைத் தானும் ஹரிஜன சேவா சங்கம், காங்கிரஸ் கட்சி ஆகியனவற்றில் பொறுப்பு வகித்துவந்த எஸ். சரவணசாமியும் நேரில் பார்த்ததாகவும் எழுதுகிறார்.

இந்நிலையில் 19–1–1938 நாளிட்ட 'விடுதலை'யின் துணைத் தலையங்கம் குறிப்பிட்டதற்கிணங்க நீடாமங்கல வன்முறை குறித்த ஒரு முக்கிய ஆதாரத்தை அது வெளியிட்டது. "'தினமணி' புளுகு வாய்க்கு ஆப்பு நீடாமங்கலம் செய்திக்கு மறுக்கமுடியாத ருசு மொட்டையடிக்கப்பட்ட தேவசகாயம் அத்தாட்சி" என்ற தலைப்பில், தேவசகாயத்தின் முழு உருவப் படத்துடன் முன்பக்கத்தில், ஆறு கலத்தில் முதன்மைத் தலைப்புச் செய்தியாக இது அமைந்திருந்தது.[98] இதில் காணப்பெறும் தேவசகாயத்தின் புகைப்படத் தோற்றம்[99] முழங்காலுக்குக் கீழே தவழும் வேட்டியும், இடது தோளில் நீளவாக்கிலான துண்டும் அணிந்துள்ள நிலையில் அமைந்துள்ளமை சமூகவியல் நோக்கில் குறிப்பிடத்தக்கது. வன்முறைக்கு உள்ளான தேவசகாயம் சென்னை மாகாண விவசாய அமைச்சர் வி.ஐ. முனிசாமி பிள்ளைக்கும் மேயர்

ஜெ. சிவஷண்முகம் பிள்ளைக்கும் மேற்படி வன்நிகழ்வு குறித்து விவரித்து எழுதிய முறையீட்டின் ஒரு நகலே இந்தச் செய்திக்கு ஆதாரம் ஆகும். தேவசகாயம் அளித்திருந்த முறையீட்டின் நகல் ஒன்று தன் கைக்கு வந்திருப்பதாகவும், அதனை நாளை வெளியிடுவோம் என்றும் 25–1–1938 நாளிட்ட 'விடுதலை' ஏட்டில் வெளியான 'நீடாமங்கலத்தில் நடந்ததென்ன "'தினமணி'யில் வந்த மனமறிந்த வஞ்சகப் பித்தலாட்டப்புரட்டு"' என்ற தலைப்பிட்ட கட்டுரையில் குறிப்பிடப்பட்டிருந்தது. மேலும் இக்கட்டுரையைக் 'குடிஅரசு'ம் மறுவெளியீடு செய்திருந்தது.[100]

இம்முறையீட்டில், சமபந்தி நடந்த அன்றும், அதற்கு மறுநாளும் நடந்த இழிவன்முறைகளை விவரிக்கும் தேவசகாயம் பின்னர் 15–1–1938 அன்று டி.கெ.பி.எஸ். உடையாரும் ஏஜெண்ட் கிருஷ்ணமூர்த்தி அய்யரும் தங்களிடம் சில கடிதங்களிலும் ஒரு மனுவிலும் கையெழுத்து வாங்கியதாகவும், பின்னர் வாழைக்கொல்லையில் வைத்துத் தங்களைப் புகைப்படம் எடுத்ததையும் விளக்கியுள்ளார். மேலும் ஏஜெண்ட் கிருஷ்ணமூர்த்தி அய்யரும் டி.கெ.பி.எஸ். உடையாரும் முறையே தங்களுக்கு 14 அணாவும் 1 ரூபாயும் கொடுத்து* யார் கூப்பிட்டாலும் போக வேண்டாம் என்று அறிவுறுத்தியதையும் குறிப்பிடுகிறார். கையெழுத்துப்போட மறுத்திருந்தால் தன்னைக் கொன்றிருப்பார்கள் என்ற பயத்தினால்தான் அன்று கையெழுத்திட்டதாகக் குறிப்பிட்ட தேவசகாயம் தொடர்ந்து உடையார் தரப்பினரிடமிருந்து மிரட்டல்கள் வந்துகொண்டே இருந்தது குறித்துத் தன் அச்சத்தையும் தெரிவித்திருந்தார்.

தேவசகாயத்தின் இம்முறையீடானது 'விடுதலை' ஏட்டின் முறையே 17–1–1938, 19–1–1938ஆம் நாள்களிட்டு வெளியான அனுமானம் மற்றும் செய்தியின் நம்பகத்தன்மையை உறுதி செய்வதாகவே அமைந்திருந்தமை குறிப்பிடத்தக்கது.

இம்முறையீட்டினுடைய உள்ளடக்கத்தின் நம்பகத் தன்மையை மேலும் வலுப்படுத்தும் செய்தி ஒன்றும் 'குடிஅரசு' ஏட்டில் மறுபதிவாகியுள்ளது. 'அனுமந்தபுரம் நாடகம்' என்று தலைப்பிட்டிருந்த[101] இச்செய்தி ஏற்கெனவே 'விடுதலை'யில் வெளிவந்ததாகும்.† மன்னார்குடி காங்கிரஸ் சட்டமன்ற உறுப்பினரான குழந்தை வேலுப்பிள்ளை நயினாரும், வழக்கறிஞர் எல். கோதண்டராம அய்யரும் வன்நிகழ்வு

* இது தொடர்பாக 'விடுதலை' வெளியிட்டிருந்த முன்அனுமானத்தில் (விடுதலை, 17–1–1938, ப. 3) இத்தொகை ரூ. 50 அல்லது ரூ. 100 ஆக இருக்கக் கூடும் எனப் பதிவாகியிருந்தது.

† அநேகமாக 22–1–1938 அல்லது 23–1–1938 ஆகிய இரு நாட்களுள் ஏதாவது ஒன்றில் வெளிவந்திருக்கலாம்.

குறித்த களவிசாரணைக்காக அனுமந்தபுரம் வந்திருந்தனர்.*
அப்போது அங்கிருந்த தேவசகாயத்தின் தாய் மாரடித்து அழுது
கொண்டே, 'வன்முறை நிகழ்ந்தது உண்மையென்றும், அங்கிருந்த
தாழ்த்தப்பட்டோர், தேவசகாயத்தின் தந்தை முக்கட்டை
வேளாங்கண்ணி உட்பட அனைவரும் ஒரு புட்டி மதுவுக்கு
காசு வாங்கிக்கொண்டு நடந்த உண்மைகளை மறைக்கிறார்கள்'
என்றும் கதறி முறையிட்டார். ஆயின் அம்முறையீட்டை வந்திருந்த
தலைவர்கள் யாரும் பொருட்படுத்தவில்லை என்ற செய்தியே
அது.

'விடுதலை' வெளியிட்ட தேவசகாயத்தின் முறையீட்டைக்
'குடிஅரசு'ம், "நீடாமங்கலத்தில் நடந்த கொடுமை யார் புளுகுவது
'திணமணி'யா? 'விடுதலை'யா?" என்ற தலைப்பிட்டு மறு
வெளியீடு செய்திருந்தது.[102]

'தினமணி'யோடு நடத்திய கருத்துப் போரில் தன்
நிலைப்பாட்டை உறுதி செய்யும் வகையில் தேவசகாயத்தின் தனி
முறையீட்டை வெளியிட்டது தவிரவும் வேறு இரு கடிதங்களையும்
'விடுதலை' வெளியிட்டது. அதில் ஒன்று "நீடாமங்கலம்
காங்கிரஸ் அரசியல் மகாநாட்டில் நடந்த கொடுமை –
அடிபட்ட தோழர்களின் கடிதம்" என்ற தலைப்பிட்டு 'விடுதலை'
ஆசிரியருக்கு தேவசகாயம், ரெத்தினம், ஆறுமுகம் ஆகிய மூவரும்
இணைந்து எழுதிய கடிதம் ஆகும்.[103] இக்கடிதத்துடன் வேட்டி
சட்டை அணிந்த நிலையிலான ரெத்தினத்தின் முழு உருவப்
புகைப்படமும் வெளியாகியிருந்தது.[104] அடுத்தது, "நீடாமங்கலத்தில்
அக்கிரமம் மொட்டையடித்த கதை பரியாரி விளக்கம்
மொட்டையடிக்கப்பட்டவர்கள் பெயர் விபரம்" என்ற
தலைப்பிட்டு 'விடுதலை' ஆசிரியருக்கு ஆறுமுகம் எழுதிய
கடிதம்.[105] இக்கடிதமும் வேட்டி சட்டையுடன் சட்டைக்கு மேல்
கழுத்தைச் சுற்றி துண்டும் அணிந்த நிலையில் ஆறுமுகத்தின்
முழுஉருவப்படத்துடன் வெளியாகி இருந்தது.[106] இந்த ஆறுமுகம்
நீடாமங்கல வன்முறையின்போது தாழ்த்தப்பட்டோர்
அனைவருக்கும் மொட்டையடிக்கும் கட்டாயத்திற்குள்ளாகித்
தானும் அரைகுறையாக முடியிழந்தவர் என்பது இங்கு மீளவும்
குறிக்கத்தக்கது.

நீடாமங்கல வன்நிகழ்வின் தொடர்பில் 'விடுதலை' –
'தினமணி' கருத்துபோரில் முத்தாய்ப்பாக அமைந்தது
'விடுதலை'யில் வெளியான செய்தியுடன் கூடிய ஒரு புகைப்படமே
ஆகும்.[107] இதுகாறும் முழுஉருவில் புகைப்படமாகத் தனித்தனியாக
வெளியான ஆறுமுகம், ரெத்தினம், தேவசகாயம் ஆகியோர்

---

* அநேகமாக இது 21-1-1938 அல்லது 23-1-1938 ஆகிய நாட்களுள்
இருக்கலாம்.

இப்படத்தில் முழு உருவில் ஒன்றாக இணைந்து நின்றவாறு காணப்படுகின்றனர்.[108] இப்புகைப்படமானது, 'தினமணி' ஏடு, 18–1–1938 ஆம் நாளன்று, புகைப்படத்துடன் வெளியிட்ட தவறான செய்திக்குப் பதிலடியாக அமைந்தது. எவ்வாறெனில் 'தினமணி' வெளியிட்ட படத்தில் தேவசகாயம் மற்றும் ஆறுமுகத்துடன் இடம்பெற்ற சூசை* என்பவர் வன்நிகழ்வுக்கு ஆட்படாதவர். அது மட்டுமல்லாது உண்மையிலேயே பாதிக்கப்பட்ட தேவசகாயம், ரெத்தினம், ஆறுமுகம் ஆகியோரிடம் பொய்க்கையெழுத்துப் பெற்று அவர்கள் பெயரால் அறிக்கை வெளியிடுவதற்கும் ஆதிக்க சக்திகளுக்குத் துணை புரிந்தவர். இந்த உண்மையை 'விடுதலை'யின் மேற்கண்ட படமும் அதன்கீழ் இடம்பெற்ற குறிப்புச் செய்தியும் வெளிப்படுத்தின. மேலும் 'விடுதலை' நிருபரால் அளிக்கப்பட்ட களஆய்வுத்தகவலும் இதனை உறுதி செய்கின்றது.[109] மேலும், "'தினமணி'யின் ஊளை" என்ற தலைப்பில் 'விடுதலை' எழுதிய ஒரு கட்டுரையும் இதனைக் கூடுதலாக உறுதி செய்கின்றது.[110] இக்கட்டுரை ஏற்கெனவே 2–2–1938 நாளிட்ட 'தினமணி'யில் வெளியான சூசையின் முறையீட்டை அம்பலப்படுத்தும் நோக்கில் எழுதப்பட்டிருந்தது. விளம்பரத் துறை அமைச்சர் எஸ். ராமநாதனிடம் சூசை நேரில் அளித்த முறையீடே 'தினமணி'யில் வெளியிடப்பட்டிருந்தது. இம்முறையீட்டில் காணப்பெறும் சூசையின் தன்முரண்பாட்டினைத் தோலுரித்துக் காட்டியதன்மூலம் உடையார் – காங்கிரஸ் – 'தினமணி' தரப்பை 'விடுதலை' முற்றிலுமாக அம்பலப்படுத்தியது.

'நீடாமங்கல வன்முறைக்கு ஆட்பட்ட தோழர்கள் அவர்களின் சமூகத் தலைவர்களான அமைச்சர் வி.ஐ. முனிசாமி பிள்ளையிடமும், மேயர் ஜெ. சிவஷண்முகம் பிள்ளையிடமும் அளித்த முறையீட்டிற்கே பதில் வராத நிலையில் வன்முறைக்குத் தொடர்பில்லாத சூசை, விளம்பர இலாகா அமைச்சர் எஸ். ராமநாதனிடம் முறையீடு செய்ய வேண்டிய அவசிய மென்ன?' என அக்கட்டுரை கேட்டது. மேலும் அம்முறையீட்டில் 15–1–1938 அன்று நீடாமங்கலம் உடையார் மாளிகையில்தான் புகைப்படம் எடுக்கப்பட்டது என்பதை ஒத்துக்கொள்ளும் சூசை, அப்போது தேவசகாயத்திற்கு முக்கால் அங்குல முடி இருந்தது எனவும், 26–1–1938ஆம் நாளிட்ட 'விடுதலை'யில் வெளியான அவரது படத்தில்தான் அவரின் தலை மொட்டையாகக் காணப்படுகிறது எனவும், எனவே சு.ம. இயக்கத்தவர்கள்தான் அவரை அழைத்துச்சென்று படம்

* அனுமந்தபுரத்தைச் சேர்ந்த இவர் மூன்றாம் பாரம் வரை படித்தவர். தாழ்த்தப்பட்ட சமூகத்தவர். பள்ளி ஆசிரியராக வேலை செய்தவர் (விடுதலை, 3–2–1938, ப. 3). காங்கரஸ் கட்சி சார்புடைய இவர் டி.கெ.பி.எஸ். உடையாருக்கு ஏற்கெனவே நன்கு பழக்கமானவர் (விடுதலை, 11–4–1938, ப. 3).

பிடிக்கும் நோக்கத்துடன் மொட்டை போட்டுள்ளனர் எனக் குற்றம் சாட்டியிருந்தார். இதற்குப் பதில் சொல்லும் 'விடுதலை' கட்டுரை, நீடாமங்கல வன்முறையின் காரணமாக தேவசகாயம் மொட்டையடிக்கப்படவில்லை என்பது உண்மை எனில் – இதன் தொடர்பில் 'விடுதலை' ஒரு பெரும் விவாதத்தை கிளப்பியிருந்த நிலையில் – 18–1–38ஆம் நாளிட்ட 'தினமணி' செய்தி வெளிவருவதுவரை அவரது படத்தை வெளியிடாதது ஏன்? என்று கேட்டது. இது தவிரவும் இதே சூசை, 'மகாநாட்டிலும் போஜனத்திலும் கலக்காத என்னை வலிய இப்படி சந்தியில் ஏன் இழுத்து விட வேண்டும்' என, உண்மையிலேயே அடிபட்ட தோழர்களிடம் முன்பு தெரிவித்திருந்ததாகவும் அக்கட்டுரை சொல்லியது. 'விடுதலை' வெளியிட்ட "'தினமணி'யின் ஊளை" கட்டுரைக்குப் பின் நீடாமங்கலம் வன்முறை தொடர்பான விவாதத்தில் 'தினமணி' பங்கேற்றதற்கான பதிவுகள் ஏதும் 'விடுதலை', 'குடிஅரசு' ஏடுகளில் காணக்கிடைக்கவில்லை. இதன் தொடர்பில் நீடாமங்கல வன்முறை குறித்த செய்திகள், விவாதங்கள் ஆகியவற்றைத் 'தினமணி' தவிர வேறு காங்கிரஸ், தேசிய பத்திரிகைகள் ஏதும் வெளியிடவில்லை என்ற 'குடிஅர'சின் தகவலும்[111] நீடாமங்கல நிகழ்வு குறித்து 'விடுதலை'யில் வெளியான செய்தி தவறு என்று 'தினமணி' தவிர வேறு பத்திரிகைகள் ஏதும் எழுதவில்லை என்றவாறு சொல்லும் டி.கெ.பி.எஸ். உடையாரின் வாக்குமூலப் பகுதியும்[112] இங்குக் குறிப்பிடத்தக்கனவாகும்.

'விடுதலை' வெளியிட்ட ஆறுமுகம், ரெத்தினம் ஆகியோரின் கடிதங்களையும் அவர்களின் புகைப்படங்களோடு 'குடிஅரசு' மறுவெளியீடு செய்தது.[113] பாதிக்கப்பட்ட மூவரும் இணைந்து நின்றபடி வெளியான 'விடுதலை'யின் படத்தையும் 'குடிஅரசு' முன்னட்டையில் மறுவெளியீடு செய்தது.[114] மேலும் அதே 'குடிஅரசு' இதழ் 'விடுதலை' வெளியிட்ட "'தினமணி'யின் ஊளை" கட்டுரையையும் மறுவெளியீடு செய்தது.[115] இவ்வாறு 'விடுதலை'க்கு பக்கபலமாக நின்றது 'குடிஅரசு'.

சுயமரியாதை இயக்கம் வழங்கிய பாதுகாப்பு

தேவசகாயம் தன் முறையீட்டில் உடையார் தரப்பினரிட மிருந்து தனக்கு மிரட்டல்கள் வந்துகொண்டிருப்பதாகத் தெரிவித்திருந்ததை முன்பே கண்டோம். இதனையொட்டி முதலில் தேவசகாயமும் பின்னர் ஆறுமுகம், ரெத்தினம் ஆகியோரும் சு.ம. இயக்கத்தினரால் உடையாரின் கட்டுப்பாட்டிலிருந்த நீடாமங்கலம் பகுதியிலிருந்து காப்பாற்றி அழைத்துச் செல்லப்பட்டுச் சில மாத காலம் பாதுகாக்கப்பட்டனர். இதனை, "... துன்புறுத்தப்பட்ட தோழர்களான பலர் அந்த கிராமத்தில்*

* நீடாமங்கலம் – அனுமந்தபுரம் பகுதி

வாழ முடியாதென்று வேறு ஊர்களுக்கு ஓடிவிட்டார்களாம். அவர்களது வாழ்விற்கு உதவி செய்ய வேண்டிய பொறுப்பும், இது வெளியானதற்கு ஆக* சிவில் கிரிமினல் கோர்ட்டுகளில் நடவடிக்கைகளுக்கு சமாதானம் சொல்ல வேண்டிய பொறுப்பும், அதற்காக 1000, 2000 ரூபாய்கள் வரை செலவிட வேண்டிய பொறுப்பும் நம் தலையில் விடியும் போல் இருக்கிறது…" என்ற 'குடிஅர'சின் தலையங்க வரிகளை,[116] "…தேவசகாயம் சிலரின் துர்ப்போதனையால் ஊரைவிட்டுப்போனது… சு.ம. காரர்கள் தேவசகாயத்தை அபகரித்துகொண்டுபோய் மொட்டை அடித்து பொய்ப்பிரச்சாரம் செய்துவருகிறார்கள்…" என்ற சூசையின் முறையீட்டில் காணப்பெறும் வரிகளுடனும்,[117] தூத்துக்குடியில் நடைபெற்ற 'ஈ.வெ.ரா. நாகம்மாள் வாசகசாலை' ஆண்டு விழாவில் கலந்துகொள்வதற்காக "… 13–2–1938 காலை… தோழர் ஈ.வெ. ராமசாமியும் நீடாமங்கலம் ஆதிதிராவிட தோழர்கள் மூவரும்† நேரே ஈரோட்டிலிருந்து மோட்டார் காரில் வந்து சேர்ந்தார்கள்…" என்ற 'குடிஅரசு' செய்தியுடனும்[118] இணைத்துப் பார்க்கும்போது அனுமானமாகத் தெரிந்துகொள்ள முடிகின்றது. ஆயின், இந்த அனுமானத்தை 'விடுதலை' மீது டி.கெ.பி.எஸ். உடையார் தொடுத்த வழக்கில், அவர் அளித்த வாக்குமூலத்தில் இடம்பெற்றுள்ள, "… ஆறுமுகமும், தேவசகாயமும் இப்பொழுது ஈரோட்டில் சுயமரியாதைக் கட்சியாரிடம் இருந்து வருகிறார்கள்…" என்ற வரியும்,[119] "…'விடுதலை' கட்டுரைகளில் சம்பந்தப்பட்ட சில ஹரிஜனங்கள் ஈரோட்டில் எதிரிகள் வசம் இருப்பதாகவே தெரிகிறது… 1வது எதிரியின்‡ சகோதரரான ஈ.வெ. ராமசாமி நாயக்கருடன் சேர்ந்து அவர்கள் பிரசங்கம் செய்துவருவதாக 'விடுதலை'யில் செய்தி வருவதனால் அவர்கள் ஈரோட்டில் இருக்கிறார்கள்§ என நான் ஊகிக்கிறேன்…" என்ற வரிகளும்

* நீடாமங்கல வன்முறை குறித்த செய்திகள் 'விடுதலை', 'குடிஅரசு' இதழ்களில் வெளியிடப்பட்டதன் பொருட்டு

† தேவசகாயம், ரெத்தினம், ஆறுமுகம்

‡ ஈ.வெ. கிருஷ்ணசாமி, 'விடுதலை' நிர்வாகி; பெரியார் ஈ.வெ.ராவின் அண்ணன்

§ டி.கெ.பி.எஸ். உடையார், அனுமந்தபுரம் பண்ணை ஏஜெண்ட் கிருஷ்ணமூர்த்தி அய்யர் ஆகியோரின் பிடியில் இருந்த தேவசகாயம், ஆறுமுகம், ரெத்தினம் ஆகிய மூவரையும் நீடாமங்கலத்தைச் சேர்ந்த சுயமரியாதை இயக்கத்தவர்களான பழைய நீடாமங்கலம் கனகசபாபதி, 'தாடி' சு. நாராயணன், 'வடைத்தட்டு' ராதாகிருஷ்ணன் ஆகியோர் மீட்டு, அ. பொன்னம்பலனார் மூலம் ஈரோட்டுக்கு அழைத்துச் சென்று பெரியார் ஈ.வெ.ரா.வின் பாதுகாப்பில் ஒப்படைத்தார்கள் எனக் களத்தகவல்கள் தெரிவிக்கின்றன (தகவல் : ஆ. சுப்பிரமணியன், நீடாமங்கலம், 11–8–2009). மேலும் ஆறுமுகம், தேவசகாயம் ஆகியோர் ஈரோட்டிற்கு அழைத்துச் செல்லப்பட்டதை அறிந்த அனுமந்தபுரம் பண்ணை ஏஜெண்ட் கிருஷ்ணமூர்த்தி அய்யரின் ஆட்கள், அனுமந்தபுரத்திலிருந்த அவ்விருவரின் குடிசைகளையும் தகர்த்து எறிந்தனர். அவர்களின் குடும்பத்தினரை ஊரை விட்டு துரத்தினர் எனவும் களத்தகவல்கள் தெரிவிக்கின்றன (தகவல்: கா. அப்பாசாமி, நீடாமங்கலம், 7.3.2011) பாதிக்கப்பட்டோரை

உறுதிப்படுத்துகின்றன.[120] நீடாமங்கலம் பகுதியிலிருந்து மீட்கப்பட்டு, ஈரோட்டுக்கு அழைத்துவரப்பட்ட இம்மூவருக்கும் 1938 ஜனவரி மாதத்தின் பிற்பகுதி தொடங்கி, தொடர்ந்து சில மாதங்கள் வரை சு.ம. இயக்கமே பாதுகாப்பு அளித்துவந்துள்ளது என்பதை விளங்கிகொள்ள முடிகிறது.

காங்கிரஸ் தரப்பு எதிர்வினைகள்

இவ்வன்நிகழ்வு குறித்து அன்றைய சென்னை மாகாணக் காங்கிரஸ் அரசின் எதிர்வினைகளையும் அவற்றைச் சுயமரியாதை இயக்கம் சந்தித்த முறைகளையும் தனியாகக் காணவேண்டியுள்ளது. இவ்வகையில், மாகாணத் தலைமையமைச்சராக இருந்த சி. ராஜகோபாலச்சாரியார் நீடாமங்கலம் வன்நிகழ்வை ஒரு முக்கியப் பிரச்சனையாகக் கருதியதாகவோ, உரிய அளவில் அதனைப் பொருட்படுத்தியதாகவோ, அதன் தொடர்பில் பொது ஊடகங்கள்வழி நேரடியாகவோ மறைமுகமாகவோ தன் கருத்துக்களை வெளிப்படுத்தியதாகக் காண முடியவில்லை.

இவ்வன்நிகழ்வு குறித்து ஆளும் காங்கிரஸ் கட்சி சார்பில் முதலில் கருத்துத் தெரிவித்தவர் அமைச்சர் வி.ஐ. முனிசாமி பிள்ளையே. எனின், நடந்த வன்நிகழ்வை அவர் மறுத்திருந்தார். இதைச் சுயமரியாதை இயக்கம் கடுமையாக விமர்சித்தது. "... பொறுப்புள்ள ஆதிதிராவிட சமூகப்பிரமுகர்களுக்குகூட இவ்விஷயத்துக்காக துக்கப்படாமல், பரிகாரம் தேட முயற்சிக்காமல், எதிரிகளுடன் சேர்ந்து அடியோடு மறைக்க ஆசைப்படுவது மிகமிக வெறுக்கத்தக்கதும் கண்டிக்கத்தக்கதுமான செய்கையாகும்" என்றும், "ஆதிதிராவிட மந்திரி கனம் முனிசாமி பிள்ளை அவர்கள் இந்தக் கொடுமையை மறைக்க உடந்தையாய் இருப்பதும் இக்குறைகளை நிவர்த்திக்க முயற்சி செய்யாமல் இருப்பதும் யோக்கியமாகுமா?" எனக் 'குடிஅர'சின் தலையங்கம் கேட்டது.[121] திருநெல்வேலியில் நடந்த ஒரு நிகழ்வில், "... நீடாமங்கலத்தில் தாழ்த்தப்பட்டவர்கள் மீது வன்முறை நடந்ததாக கூறுவது பொய்யானது என்றும் அயோக்கியத்தனமான விஷமப்பிரச்சாரம்" என்றும் அவர் பேசிய செய்தி 'தினமணி'யில்[122] வெளிவந்ததைத் தொடர்ந்தே, "நீடாமங்கல உண்மை" என்ற தலைப்பில் வெளியான 'குடிஅரசி'ன் அத்தலையங்கம்,[123] 'இவர் ஆதி திராவிடர்களுக்கு யோக்கியமான பிரதிநிதியா?' எனக் கடிந்து அப்பேச்சை விமர்சித்திருந்தது. மேலும் 'நீடாமங்கலம் வன்நிகழ்வைப் பொய்' என மறுத்துப் பேசிய அதே பேச்சிலேயே, "திருப்பதியில் ஒரு ஆதிதிராவிடன் சாமி கும்பிட்டதற்காக அவனை

மீட்டெடுத்த அந்நிகழ்வு 20–1–1938ஆம் நாளுக்கு பின்னும் தேவசகாயத்தின் முறையீடு வெளியான 26–1–1938ஆம் நாளுக்கு முன்னும் அமைந்த சில நாட்களுக்குள்ளேயே நடைபெற்றிருக்க வேண்டும்.

அடித்து துன்புறுத்தினார்கள். இது நியாயமா?" எனக் கேள்வி கேட்டிருக்கும் வி.ஐ. முனிசாமி பிள்ளையின் தன்முரண்பாட்டை 'குடிஅரசு' தலையங்கம் சுட்டிக்காட்டியிருந்தது.[124]

இவ்விவாதங்கள் நடந்துகொண்டிருந்த காலகட்டத்தில் அமைச்சர் வி.ஐ. முனிசாமி பிள்ளை மதுரைப் பகுதியில் இருக்கும் கள்ளழகர் கோவிலுக்குச் சென்றிருந்தார். அங்கே அவர் கோவிலுக்கு வெளியிலிருந்து சாமி கும்பிட்டார். அப்போது கோவில் அதிகாரிகள் அவருக்கு உரிய மரியாதையைச் செய்தனர். இந்நிலையில் அமைச்சருக்கு மரியாதை செய்த அவ்வதிகாரிகள் மீது நடவடிக்கை எடுக்க வேண்டும் எனவும், அல்லாமல் கோவிலையும் சுத்தம் செய்ய வேண்டும் எனவும் மாகாண வருணாசிரம சுயராஜ்ய சங்கத் 'தலைவர் மதுரை நடேச சாஸ்திரி என்பார் அவ்வதிகாரிகள் மீது நோட்டீஸ் கொடுத்திருந்ததையும், இது குறித்து அமைச்சருக்குக் கண்டனம் தெரிவித்திருந்ததையும் பற்றி 'தி இந்து' நாளேட்டில் வெளிவந்த செய்தியைச்[125] சுட்டி மேற்கோள்காட்டும் 'குடிஅரசு' தலையங்கம், இதன் தொடர்பில், "வேறு மதத்திற்கு போனால்தான் ஆதிதிராவிடர்களுக்கு சட்ட உரிமை கிடைக்கும்" என வி.ஐ. முனிசாமி பிள்ளை அங்கே பேசியிருந்ததையும் சுட்டிக்காட்டுகிறது. மேலும் அமைச்சராக ஆட்சிப்பொறுப்பு வகிக்கும் நிலையிலும்கூடத் தாழ்த்தப்பட்ட சமூகத்தவர் என்ற ஒரே காரணத்தினாலேயே இத்தகைய சமூக அவமானங்களைச் சந்திக்கும் வி.ஐ. முனிசாமி பிள்ளை போன்றவர்கள் நீடாமங்கலத்தில் அப்பாவியான தாழ்த்தப்பட்ட மக்களுக்கு இழைக்கப்பட்ட அநீதியை மட்டும் கண்டிக்க மறுப்பதற்கு அவர்கள் அரசியல்–பொருளாதார அதிகாரத்துடன் கொள்கையைப் பேரம் பேசுவதே காரணம் எனக் 'குடிஅரசு' கருதியது. இதனை, "...தங்கள் சமூகங்களுக்கு இந்து மேல்ஜாதியார்களும் குறிப்பாக பார்ப்பனர்களும் செய்யும் கொடுமையை உணர்ந்துகொண்டே 500 ரூ சம்பளத்திற்கும், 300 ரூ படிக்கும் பார்ப்பனர்களுக்கு–மேல்ஜாதியாருக்கு வக்காலத்து பேசுகிறார்கள்..." என்று 'குடிஅரசு' வருந்தியது.[126]

திருநெல்வேலியில் பேசிய வி.ஐ. முனிசாமி பிள்ளை சரியாக எந்த நாளில் அவ்வாறு பேசினார் என அறியக்கூடவில்லை. ஆயின் அவர் 18–1–1938க்கும் 21–1–1938க்குமிடையே பேசியிருக்கக்கூடும். ஏனெனில் 18–1–1938ஆம் நாள் வரை இச்சிக்கல் குறித்து 'குடிஅரசு', 'விடுதலை' இதழ்களில் வெளியான கண்டனத் தீர்மானங்கள் உள்ளிட்ட பல பதிவுகளில் ஆளும் காங்கிரஸ் கட்சியும், குறிப்பாக வி.ஐ. முனிசாமி பிள்ளையும் ஜெ. சிவஷண்முகம் பிள்ளையும் இதுபற்றி ஏதும் பேசாமல் இருப்பதைச் சுட்டுதல், அதற்காக அவர்களைக் கண்டித்தல், பதவி விலகக் கோருதல் போன்றவாறான

உள்ளடக்கங்களையே காணமுடிகிறது. ஆனால் 21–1–1938க்குப் பின்னரே நீடாமங்கல வன்நிகழ்வைப் பொய் என்று கூறியதற்காக வி.ஐ. முனிசாமி பிள்ளையைக் கண்டிப்பது குறித்த பதிவுகளைக் காணமுடிகிறது. இவ்வகையில் 23–1–1938ஆம் நாள் நடந்த பம்பாய், தாராவி, தென்னிந்திய ஆதி திராவிட வாலிபர் சங்கப் பொதுக்கூட்டத் தீர்மானத்தையும்,[127] அ. பொன்னம்பலனார் எம்.சி. ராஜாவுக்கு எழுதிய ஓர் கடிதத்தையும்,[128] 'நாகலிங்கம், மே/பா. 'விடுதலை' ஈரோடு' என்ற முகவரியிட்டு வி. ஐ. முனுசாமி பிள்ளைக்குச் சவால் விடும் ஒரு அறிவிப்புச் செய்தியையும்[129] சான்றுகளாகக் காட்டலாம். எனவே 18–1–1938 நாளிட்ட 'தினமணி'யில் நீடாமங்கலம் வன்நிகழ்வை மறுக்கின்ற செய்தி வெளியான பின்பே, திருநெல்வேலியில் வி.ஐ. முனிசாமி பிள்ளையும் நீடாமங்கல வன்நிகழ்வை மறுத்துப் பேசியிருந்தார் என்பதை விளங்கிக்கொள்ளலாம்.

காங்கிரஸ் ஆட்சியில் விளம்பரத் துறை அமைச்சராக இருந்த எஸ். ராமநாதனும் நீடாமங்கலம் வன்நிகழ்வை மறுக்கும் நிலைப்பாட்டை எடுத்தவர்களில் ஒருவர் ஆவார். அவருக்கு அனுப்பப்பட்ட சூசையின் முறையீட்டுக்குப் பின்னர் இந்நிலைப்பாட்டில் அவர் முனைப்பாக நின்றார் என அறிய முடிகிறது.[130] இவர் நீடாமங்கலத்தை உள்ளடக்கிய (பழைய) தஞ்சை மாவட்டத்தின் மயிலாடுதுறையைச் சேர்ந்தவர் என்பது இங்கு நினைவுகொள்ளத்தக்கது. இப்பிரச்சனையில் 'எஸ். ராமநாதனின் முனைப்பைக் கண்டு அஞ்சப்போவதில்லை என்றும், எந்தவிதமான அக்னிப் பரீட்சைக்கும் தாங்கள் தயார் என்றும், நாணயமும் ரோஷமும் மானமும் உள்ளவர்களானால் நேரிடையாக பகிரங்கமாக விசாரணை நடத்தட்டும், அதனைத் தாங்கள் எதிர்கொள்ளத் தயார்' என 'விடுதலை',[131] காங்கிரஸ் ஆட்சியாளர்களை நோக்கி அறைகூவல் விட்டது.

மாகாணத் தலைமை அமைச்சரின் பாராமுகம், அமைச்சர்களின் மறுதலிப்பு இவற்றுடன் இவ்வன்நிகழ்வு தொடர்பாகத் தாழ்த்தப்பட்ட சமூகத்தவரும், மன்னார்குடி காங்கிரஸ் சட்டமன்ற உறுப்பினருமான குழந்தைவேலு பிள்ளை நயினாரும் எல். கோதண்டராமய்யரும் மேற்கொண்ட அனுமந்தபுரம் களவிசாரணையில், தேவசகாயத்தின் தாய் சொன்ன உண்மை விபரங்களை அவர்கள் பொருட்படுத்தவில்லை என்ற 'குடிஅரசு' செய்தியுடன்,[132] 9–1–1938 ஆம் நாளன்று, 'குன்னூரில் நடந்த ஒரு காங்கிரஸ் பொதுக்கூட்டத்தில் தாழ்த்தப்பட்ட தோழர் கமலக்கண்ணு என்பார் காங்கிரஸ் பிரசிடெண்ட் கோவிந்தசாமி செட்டியாரிடம் நீடமாங்கல வன்முறை பற்றிக் கேள்வி கேட்டதற்குக் கதர் கடையில் வைத்துப்

பதில் கொடுப்பதாய்ச் சொல்லி கூட்டிக்கொண்டுபோய் அடித்து நொறுக்கினார்கள்' என்ற செய்தியையும்[133] இணைத்துப் பார்க்கும்போது இதன் தொடர்பான காங்கிரசின் நிலைப்பாட்டை ஓரளவு தொகுத்துக்கொள்ள முடிகிறது. இவ்வகையில் ஆட்சி கட்சி என்ற இருநிலைகளிலும் தலைமை முதல் அடித்தளம் ஈறாக இவ்வன்நிகழ்வு குறித்துக் காங்கிரஸ் எதிர்வினையாற்றிய முறையானது புறக்கணிப்பு, மறுதலிப்பு, மீள்வன்முறை என்பனவாகிய எதிர்மறைக் கூறுகளாகவே பெரும்பான்மையும் அமைந்திருந்தன.

மேற்கண்ட எதிர்மறையான பொதுப்போக்கிலிருந்து விலகி ஓரளவு உடன்பாடான அணுகுமுறையை வெளிப்படுத்தும் சிற்சில எதிர்வினைகளையும் காங்கிரஸ் தரப்பில் காணமுடிகிறது. வன்முறை நிகழ்ந்தது உண்மை எனவும், வன்முறைக்கு காரணமானவர்களைக் கண்டிக்க வேண்டும் எனவும் மாநாட்டு பந்தலிலேயே பலர் குரல் எழுப்பியதை முன்பே கண்டோம்.[134] இது தவிர, சட்டமன்ற உறுப்பினரும் நீதிக்கட்சி சார்பு நிலைப்பாட்டிலிருந்து விலகிக் காங்கிரஸ் கட்சியில் சேர்ந்து சென்னை நகர மேயரானவரும் தாழ்த்தப்பட்ட சமூகத் தலைவர்களுள் ஒருவருமான ஜெ.சிவஷண்முகம் பிள்ளை 17–1–1938 அன்று சட்டமன்றத்தில் நீடாமங்கலம் வன்முறை தொடர்பாக சி. ராஜகோபாலாச்சாரியாரிடம் எழுத்து வடிவில் எழுப்பிய கேள்வி இதற்கு மற்றும் ஒரு சான்றாகும்.*

கேள்வி: ஜெ. சிவஷண்முகம் பிள்ளை – உள்துறை 554: மாண்புமிகு பிரதம அமைச்சர் தயைகூர்ந்து பதிலிறுப்பாரா?:

a) இரு வாரங்களுக்கு முன்பு நீடாமங்கலம் திரு. சந்தான ராமசாமி உடையார் வீட்டில் நடந்த ஒரு விருந்தில் கலந்துகொண்ட ஆதிதிராவிடர்கள் வலுக்கட்டாயமாக அடித்து விரட்டப்பட்டார்கள் என்பது உண்மையா?

b) அடிபட்டவர்கள் அனுமந்தபுரம் கிருஷ்ணமூர்த்தி அய்யரின் பண்ணையாட்கள் என்பதும், அதன் மறுநாள் அவரால் அவர்கள் மொட்டையடித்து அவமானப்படுத்தப் பட்டார்கள் என்பதும் உண்மையா?

c) காவல்துறையினருக்கு இப்பிரச்சினை தெரியுமா? ஆமெனின், இக்கொடுமை செய்தவர்களுக்கு எதிராக ஏன் நடவடிக்கை எடுக்கவில்லை?

என்பனவே ஜெ. சிவஷண்முகம் பிள்ளை எழுப்பிய கேள்விகளாகும்.[135]

* இது குறித்து விடுதலை, குடிஅரசு இதழ்களில் பதிவுகள் ஏதும் காணக்கிடைக்கவில்லை.

இக்கேள்விகளுக்கான மாகாண காங்கிரஸ் அரசின் பதில் கீழ்வருமாறு அமைந்திருந்தது.

> நீடாமங்கலம் காங்கிரஸ் மாநாட்டின் பிற்பகல் விருந்தில் மூன்று ஹரிஜன தோழர்கள் கலந்து கொண்டனர். அங்கு நிலவிய வழக்கத்தின்பேரில் எல்லாச் சாதியினரும் ஒன்றாக அமர்ந்து சாப்பிடுவதில் சில கட்டுப்பாடுகள் இருந்தன. இவை அந்த ஹரிஜனங்களுக்குச் சில பிரச்சனை களை ஏற்படுத்தின. இதனால் ஹரிஜனங்களுள் ஒருவர் பந்தியிலிருந்து எழுந்து ஓடினார். சமபந்தி எதிர்ப்பாளர்கள் சிலர் அவரைத் தொடர்ந்தனர். ஒரு காவல்துறை ஆய்வாளரும் இதனைக் கண்டார். அவரைத் திருடனோ எனச் சந்தேகித்தார். ஆனால் விவரம் தெரிந்தவுடன் அவரைப் போக அனுமதித்தார். அவரைப் பிடிக்கத் தொடர்ந்தவர்களும் கலைந்து சென்றனர். இதைத் தவிர எந்த ஒரு ஹரிஜனரும் அவமானப்படுத்தப்படவோ தாக்கப்படவோ இல்லை. மாஜிஸ்திரேட்டிடமோ காவல்துறையிடமோ இது தொடர்பாக எந்தக் கிரிமினல் புகாரும் இல்லை. ஒரு மாதம் கழித்து தேவசகாயம் என்பார் காவல் நிலையத்தில் ஒரு அறிக்கையை அளித்தார். அது புகாராக இல்லாததால் பதிவு செய்யப்படவில்லை. இது தொடர்பாக எந்தப் பிரச்சனையும் இதுவரை இல்லை. இது குறித்து நீதிவிசாரணை தொடர அரசாங்கத்திற்கு விருப்பம் இல்லை. கிராமப்புறங்களில் சமபந்தி உணவுக்குக் கடும் எதிர்ப்பு இருந்துவருவது அரசாங்கத்திற்கு நன்கு தெரியும். சீர்திருத்தங்களுக்கு ஆதரவான பிரச்சாரத்தால் இவ்வெறுப்புணர்ச்சி இல்லாமல் போய்விடும் என்று சொல்ல முடியாது. எவ்வாறாயினும் அவமானப்படுத்தப்பட்டதாக எழுந்த குற்றச்சாட்டு இந்தப் பிரச்சனையைப் பொருத்த அளவில் மிகைப்படுத்தப்பட்ட ஒன்றேயாகும்.[136]

இந்த அளவில் ஜெ. சிவஷண்முக பிள்ளையின் கேள்விக்கான அரசாங்கத்தின் பதில் அமைந்திருந்தது.* மேலும், இக் கேள்வியையும்

* இதே ஜெ. சிவஷண்முகம் பிள்ளையே மீண்டும் 1938ஆம் ஆண்டு மார்ச் மாதம் இறுதியில் இது தொடர்பாகச் சட்டமன்றத்திற்கு கேள்வி அனுப்பியிருந்தார் எனவும், ஆனால் இது குறித்த வழக்கு விசாரணையில் இருப்பதால் இக்கேள்வியை அனுமதிக்க முடியாது என்று அவைத்தலைவர் கூறிவிட்டார் என்ற 'இந்து' பத்திரிகைச் செய்தியைக் 'குடி அரசு' மறு வெளியீடு செய்திருந்தது (குடி அரசு, 3.4.1938, ப. 17).

இதற்கான இந்த அளவிலான பதிலையும் தவிர வேறு விவாதம் ஏதும் நடைபெற்றதாகத் தெரியவில்லை. சுருக்கமாகச் சொன்னால் மாகாண அரசு இதனைப் பொருட்படுத்தக்க ஒன்றாக கருதவில்லை என்பதே இவற்றிலிருந்து பெறப்படுகின்றது. எனினும் இச்சிக்கல் குறித்துச் சட்டமன்றத்தில் எழுப்பப்பட்ட கேள்வியானது ஓர் உடன்பாடான எதிர்வினையாகும்.

6–2–1938 அன்று நீடாமங்கலத்திற்கு நேரில் சென்று உண்மையை அறிந்துவந்த காங்கிரசின் சட்டமன்ற செயலாளர் (பார்லிமென்டரி செக்ரடரி) பி.எஸ். மூர்த்தி, 'நீடாமங்கலம் கொடுமை உண்மையே' என்று தஞ்சை ஜில்லா ஆதிதிராவிடர் சங்கம், கருப்பூர் வால்டயர் வாலிபர் சங்கம் என்ற சு.ம. சங்கம் ஆகியனவற்றிடம் வெளிப்படையாகவே சொன்னதும் இவ்வகை உடன்பாடான எதிர்வினைக்கு மற்றுமோர் சான்றாகும்.[137]

திண்டுக்கல்லில் 15–2–1938 அன்று கூடிய ஹரிஜன மாநாட்டு முடிவின்படி, 'நீடாமங்கலம் வன்நிகழ்வு குறித்து ஆறு பேர் கொண்ட தங்களின் குழு* ஒன்று நேரில் சென்று விசாரித்து, நடந்த நிகழ்வுகளைப் பற்றி அறிக்கை தயாரித்து வருகிறது என்றும், அது விரைவில் வெளியிடப்படும் என்றும், அதனடியாக அரசாங்கமும் தக்க பரிகாரம் செய்யும் எனத் தாங்கள் நம்புவதாகவும் அதுவரை தாழ்த்தப்பட்ட மக்கள் பொறுத்திருக்க வேண்டும்' என்று கூறும் தாழ்த்தப்பட்ட சமூகத்தைச் சார்ந்த காங்கிரஸ் சட்டமன்ற உறுப்பினர் எஸ்.சி. பாலகிருஷ்ணனின் 'விடுதலை' அறிக்கை[138]†,‡ இவ்வுடன்பாட்டு நிலையிலான எதிர்வினைக்கு ஒரு கூடுதல் சான்றாகும். காங்கிரஸ் தரப்பில் தென்பட்ட அத்தி பூத்தாற் போன்ற இத்தகு சில உடன்பாடான எதிர்வினைகளும்கூட, மாநாட்டுப் பந்தலில் எழுந்த எதிர்வினைகள் நீங்கலாக, பெரும்பாலும் தாழ்த்தப்பட்டோர் தரப்பிலிருந்தே வந்தன என்பதை நாம் நினைவில் கொள்ள வேண்டும்.

தாழ்த்தப்பட்டோர் எதிர்வினைகளும் அடையாளம் குறித்த சிக்கல்களும்

நீடாமங்கல வன்நிகழ்வைப் பொருத்த அளவில் அந்நாளில் இந்திய மற்றும் சென்னை மாகாண அளவில் அறியப்பட்டிருந்த

---

* இக்குழுவிற்கும் காங்கிரஸ் கட்சிக்கும் தொடர்பில்லை.

† இது எஸ்.சி. பாலகிருஷ்ணனின் தனிப்பட்ட அறிக்கையா அல்லது அக்குழுவின் சார்பாக வெளியிடப்பட்டதா என்பதும் தெரியவில்லை.

‡ இவ்வறிக்கை 'விடுதலை' தவிர வேறு தேசிய இதழ்களிலோ, வேறு இயக்க இதழ்களிலோ வெளிவந்ததாகத் தெரியவில்லை. நீடாமங்கல வன்நிகழ்வின் தொடர்பில் 'விடுதலை'யே தாழ்த்தப்பட்ட மக்களின் முதன்மை ஊடகமாக இருந்துள்ளது என்பதற்கு இதனை ஒரு சான்றாகவும் கொள்ளலாம்.

தாழ்த்தப்பட்டோர் இயக்கத் தலைவர்களின் நிலைப்பாடுகள் எவ்வாறிருந்தன என்பதை அடுத்துக் காண்போம்.

அந்நாளில் அகில இந்திய அளவில் தாழ்த்தப்பட்டோரின் ஒரு பெருந்தலைவராகவும், சு.ம. இயக்கத்தால் பெரிதும் போற்றப்பட்ட தலைவராகவும் விளங்கியவர் டாக்டர் பி.ஆர். அம்பேத்கார். ஆயின், அவர் இச்சிக்கல் குறித்துக் கருத்து தெரிவித்ததற்கான பதிவுகள் எவையும் காணக்கிடைக்கவில்லை. அந்நாளில் அகில இந்திய அளவில் இயங்கிய ஆங்கிலப் பத்திரிகைகள் எதுவும் இப்பிரச்சனையைக் குறித்து கருதத்தக்க அளவில் பேசியதாகத் தெரியவில்லை. இப்பிரச்சனை குறித்து அம்பேத்காரின் கருத்துக்கள் ஏதும் பதிவாகாமல் போனதற்கு இதுவே காரணமாகலாம்.

அன்றைய சென்னை மாகாணத்தில் தாழ்த்தப்பட்ட மக்களின் தனிப்பெருந்தலைவராகவும் சு.ம. இயக்கத்துடன் நெருக்கமானவராகவும் சட்டமன்ற நியமன உறுப்பினராகவும் இருந்தவர் ரெட்டைமலை சீனிவாசன். அவர் இப்பிரச்சனை குறித்து எதிர்வினையாற்றியதற்கான பதிவுகளையும் காணக்கூடவில்லை.

சென்னை மாகாணத் தாழ்த்தப்பட்ட மக்களின் மற்றொரு பெருந்தலைவராக விளங்கியவர் எம்.சி. ராஜா. அவர் இச்சமயத்தில் சட்டமன்ற உறுப்பினராகவும் இருந்தார். இவ்வன் நிகழ்வு குறித்து அமைச்சர் வி.ஐ. முனிசாமி பிள்ளையும், மேயர் ஜெ. சிவஷண்முகம் பிள்ளையும் முறையே மறுதலித்தும் பெரிதுபடுத்தாமலும் இருந்த நிலையில் சு.ம. இயக்கம் எம்.சி. ராஜாவின் எதிர்வினையை வேண்டி நின்றது. அவ்வியக்கத் தலைவர்களுள் ஒருவரான அ. பொன்னம்பலனார் 'விடுதலை' வாயிலாக, 'தோழர் எம்.சி. ராஜா அவர்களுக்கு ஓர் விண்ணப்பம்' எனத் தலைப்பிட்டு ஒரு கடிதம் எழுதினார்.[139]

"தோழர் எம்.சி. ராஜா அவர்களே! தாங்களாவது இப்பொழுது நடைபெறும் சட்டசபையில் நீடாமங்கலம் சம்பவத்தை பற்றி கேளுங்கள். காங்கிரஸ் சரணாகதி மந்திரிகளும் அவர்தம் கூலி தேசிய பத்திரிகைகளும் நடந்த சம்பவத்தை பொய் என்று மறுத்து பேசினால் சட்டசபையிலேயே கொண்டுவந்து கொடுமைப்படுத்தப்பட்ட ஆதிதிராவிட தோழர்களான தேவசகாயம், ரெத்தினம், ஆறுமுகம் ஆகியவர்களை கொண்டுவந்து நிறுத்தி நடந்த சம்பவத்தை நேரில் விசாரிக்குமாறு செய்யுங்கள் . . . தோழர்கள் தேவசகாயம், ரெத்தினம், ஆறுமுகம் ஆகியவர்களைச் சட்டசபைக் கூட்டத்திற்கே அழைத்துக்கொண்டுவந்து தங்கள் வசம் ஒப்புவிக்கத் தயாராக இருக்கிறேன் . . ." என்றவாறு செல்லும் அவ்விண்ணப்பம் முத்தாய்ப்பாக, "இந்த அக்கிரமத்தைப் பற்றி

சட்டமன்றத்தில் விவாதிக்க வசதியாக ஒத்திவைப்பு தீர்மானம் ஒன்றையும் எம்.சி. ராஜா கொண்டுவர வேண்டும்" என்ற வேண்டுகோளுடன் முடிகிறது.

இந்த வேண்டுகுரலுக்கான எதிரொலி எம்.சி. ராஜாவிடமிருந்து வந்ததற்கான பதிவு ஏதும் 'குடிஅரசு', 'விடுதலை' ஏடுகளில் காணக்கிடைக்கவில்லை. எனினும் இப்பிரச்சனையின் தொடர்பில் எம்.சி. ராஜாவின் மறைமுகச் சுட்டல் ஒன்றைக் கண்டடைய முடிகிறது. அதாவது, 'குடியுரிமையின் இடையூறுகளை நீக்கும் மசோதா' என்ற பெயரில் தாழ்த்தப்பட்ட மக்களின் தடையற்ற பொதுப்புழக்கத்திற்கான அடிப்படை உரிமைகளை உறுதிசெய்யக் கோரும் எம்.சி. ராஜாவின் மசோதா ஒன்று சென்னை சட்டமன்ற தனிக்குழுவின் பரிசீலனைக்கு ஏற்றுக்கொள்ளப்பட்டதையொட்டி, இம்மசோதாவின் நகலைக் 'குடிஅரசு' வெளியிட்டது.[140] அதில் பதிவாகியுள்ள, அம்மசோதாவின் பிற்பகுதியில் காணப்பெறும் "...மேல்ஜாதி ஹிந்துக்களில் உள்ள சீர்திருத்தக்காரரும் தீண்டாமையை ஒழிக்க மிகவும் பாடுபட்டு வருகிறார்கள். சமீபத்தில் நடந்துள்ள சம்பவங்கள் இக்கிளர்ச்சிக்கு புது ஊக்கமளித்திருப்பதால் இந்த ஊக்கத்தைப் பயன்படுத்திக்கொண்டு பொதுஜன ஷேமத்தையும் ஜீவகாருண்ய நீதியையும் உத்தேசித்து காரியம் செய்ய வேண்டும் . . ." என்ற வரிகளே அதில் பயில்கின்றன. இவ்வரிகள் நீடாமங்கல வன்முறை நிகழ்வுகளையும், அதற்கான சு.ம. இயக்கம் மற்றும் பெரியார் ஈ.வெ.ராவின் எதிர்வினைகளையுமே – அச்சிக்கல் குறித்த வழக்கு விசாரணையில் இருந்த நிலையிலும் நேரடியாக அல்லாமல் குறிப்பாகச் சொன்னால்கூடப் புரியும் அளவுக்கு இது அனைவரிடமும் கொண்டு செல்லப்பட்டிருந்ததாலும் – மறைமுகமாகச் சுட்டுகின்றன என விளங்கிக்கொள்ளலாம்.

நீதிக் கட்சி, சு.ம. இயக்கம் ஆகியவற்றுடன் நெருக்கமான தொடர்பிலிருந்த மற்றொரு தாழ்த்தப்பட்ட சமூகத் தலைவர் என். சிவராஜ். இவர் அப்போது மத்திய சட்டசபை உறுப்பினராகவும் இருந்தார்.[141] இவரும் இச்சிக்கல் குறித்து மத்திய சட்டசபையிலோ வேறு பொதுத்தளங்களிலோ எதிர்வினை ஆற்றியதற்கான பதிவுகளைக் காணக்கூடவில்லை.

இவர்கள் தவிரவும் அந்நாட்களில் தாழ்த்தப்பட்டோர் தலைவர்கள் என மாகாண அளவில் அறியப்பட்டிருந்தவர்கள் கோவை ஆர். வீரய்யன், எல்.சி. குருசாமி, எச்.எம். ஜெகந்நாதம் ஆகியோர் ஆவர்.* இவர்களும் நீடாமங்கல வன்நிகழ்வு குறித்து எதிர்வினை ஆற்றியதற்கான பதிவுகளைப் பார்க்க முடியவில்லை.

---

* இவர்களுள் எல்.சி. குருசாமி, எச்.எம். ஜெகந்நாதம் ஆகிய இருவரும் பிறப்பால் அருந்ததியர் சாதியைச் சேர்ந்தவர்கள்.

நீடாமங்கல வன்நிகழ்வு தொடர்பாகத் தாழ்த்தப்பட்டோர் இயக்கங்களின் ஒரு முக்கிய நகர்வு என்பது அவர்களின் விசாரணைக் குழு ஒன்று 6–2–1938 அன்று நீடாமங்கலம் சென்று கள ஆய்வு செய்து நடந்த வன்நிகழ்வுகளை உறுதி செய்து அறிக்கை* வெளியிட்டதே ஆகும்.[142] சென்னை மாகாணத் தேவேந்திரகுல வேளாளர் சங்கத்தின் சார்பில் சென்ற ஆறு பேர் கொண்ட இக்குழுவிற்குத் தலைமை வகித்தவர் அச்சங்கத்தின் மாகாணத் தலைவரான எம். பாலசுந்தரராஜ். இக்குழுவின் மற்ற உறுப்பினர்கள் வி.ஜெயராஜ், எஸ்.சி. பாலகிருஷ்ணன், ஏ. அய்யனார், ஜே. தேவாசீர்வாதம், எஸ்.வி. அக்னிமுத்து ஆகியோர். இவர்களுள் வி. ஜெயராஜ்,† எஸ்.சி. பாலகிருஷ்ணன் ஆகிய இருவரும் முறையே அச்சங்கத்தின் செயலாளராகவும் பொருளாளராகவும் இருந்தனர். அத்துடன் எஸ்.சி. பாலகிருஷ்ணன் காங்கிரஸ் சட்டமன்ற உறுப்பினராகவும் அன்று இருந்தார் என்பதுடன், அக்கள ஆய்வு பற்றி 'விடுதலை' வழித் தாழ்த்தப்பட்ட மக்களுக்கு அறிவிப்புச்செய்தவரும் ஆவார்.[143] இக்குழுவில் இடம்பெற்றிருந்த ஏ. அய்யனார் மற்றுமொரு காங்கிரஸ் உறுப்பினராவார் எனினும் இக்குழுவிற்கும் காங்கிரஸ் கட்சிக்கும் தொடர்பிருந்ததாகத் தெரியவில்லை. இக்கருத்தை, 'இக்குழுவின் அறிக்கை வெளிவந்தவுடன் அதற்கேற்ப உடன்பாடான தீர்வு நடவடிக்கைகளை மாகாண அரசாங்கம் மேற்கொள்ளும்' என்று எஸ்.சி. பாலகிருஷ்ணன் 'விடுதலை'[144] அறிவிப்பில் வெளிப்படுத்திய நம்பிக்கைக்கு ஏற்றவகையில் அமைந்த (காங்கிரஸ்) அரசாங்கத்தின் எதிர்வினைகள் எதனையும் பதிவுகள்வழிக் காண முடியவில்லை என்பது உறுதி செய்வதாக உள்ளது. இக்குழு சென்னை மாகாண தேவேந்திர குல வேளாளர் சங்கத்தவராலேயே தீர்மானிக்கப்பட்டிருந்தது. இக்குழுவில் இருந்த பெரும்பான்மையோரும் அச்சாதியினரே. நீடாமங்கல வன்முறைக்கு ஆட்பட்டிருந்தவர்களுள் மிகப் பெரும்பாலோர் தேவேந்திரகுல வேளாளர் எனப்படும் பள்ளர் சாதியைச் சேர்ந்தவர்களே‡ என்பதும் அவர்களுள் கணிசமானோர்

---

* இவ்வறிக்கை வெளியிடப்பட்ட நாள் குறித்து எதுவும் தெரியவில்லை. மேலும் அறிக்கையின் நேரடிப் பதிவும் காணக் கிடைக்கவில்லை. கள ஆய்வில் கண்டறிந்த உண்மைகளைப் பற்றிய அறிக்கை தயாரிக்கப்பட்டு வருவதாக ஒரு குறிப்பு எஸ்.சி. பாலகிருஷ்ணன் வெளியிட்ட 'விடுதலை' அறிக்கையில் உள்ளது. எனவே அவ் 'விடுதலை' ஏடு வெளியான 15–2–1938ஆம் நாளுக்குப் பின்பே கள ஆய்வு அறிக்கை வெளியாகி இருக்க வேண்டும்.

† வி. ஜெயராஜ், சுயமரியாதை இயக்கத்திற்கு நெருக்கமானவர். 3–8–1936ஆம் நாளன்று பெரியகுளத்தில் பெரியாரின் தலைமையில் தாழ்த்தப்பட்டோர் மாநாடு ஒன்றை நடத்தியவர்.

‡ ஏனெனில் வன்நிகழ்வின்போது 'பள்ளப்பயல்களா', என்று சொல்லியே அடித்துள்ளனர் (விடுதலை, 29–1–1938, ப. 2, 3). மேலும் அவர்களுக்கு

கிறிஸ்தவர்கள் என்பதும் இதன் தொடர்பில் கவனத்தில் கொள்ள வேண்டிய செய்திகளாகும்.

இந்நிலையில், ஆர். சீனிவாசன், எம்.சி. ராஜா, என். சிவராஜ், வி.ஐ. முனிசாமி பிள்ளை, ஜே. சிவசண்முகம் பிள்ளை, கோவை ஆர். வீரய்யன், எல்.சி. குருசாமி, எச்.எம். ஜெகந்நாதம் ஆகியோருள் மேயர் ஜெ. சிவஷண்முகம் பிள்ளையிடம் மட்டுமே இச்சிக்கலின் தொடர்பில் ஓரளவு உடன்பாட்டு நிலையில் அமைந்த சில அசைவுகளைக் காண முடிகிறது. அதே வேளை, மற்றவர்கள் அனைவரிடமும், இதுகுறித்துப் பெரும்பாலும் அக்கறையற்ற ஒரு அமைதியையும், சிலபோது எதிர்மறை நடவடிக்கைகளையுமே 'குடிஅரசு', 'விடுதலை' பதிவுகள்வழிக் காணமுடிகிறது. 'இந்த விஷயமாக* எந்த ஆதிதிராவிட மெம்பராவது கவலை எடுத்து இவர்களைக் கண்டு† அல்லது வரவழைத்து விசாரித்தார்களா? இல்லவே இல்லை" என்ற 'குடிஅர'சின் தலையங்க வரிகள்[145] இதன் தொடர்பில் மீளவும் இங்கு கவனத்தில் கொள்ள வேண்டியவை ஆகும்.

தாழ்த்தப்பட்டோர் என்ற ஒரு பெரிய நவீன அரசியல் அடையாளத்திற்குள் சமூக, பண்பாட்டு, பொருளாதார நிலைகளில் ஒடுக்குண்டிருந்த பல்வேறு சாதிகளும் இடம் பெறுகின்றன. ஆயின் வட்டாரம், மதம், எண்ணிக்கை, கல்வி, அரசியல், சமூக-பண்பாட்டு வாழ்நிலை போன்றன அடியாக எழும் வளர்ச்சி நிலை சார்ந்த முரண்பாடுகள் அவற்றுள் தொழிற்படுகின்றன. இவை குறித்த ஆய்வுகளும் இன்று மேலெழும்பி வருகின்றன. இந்நிலையில் நீடாமங்கல வன்நிகழ்வுக்கு எதிரானவர்களாகத் தங்களை அடையாளப்படுத்திக்கொள்ள முன்வராத மேற்கண்ட தலைவர்களின் தனிநிலைப்பாடுகளைப் புரிந்துகொள்ள வேறு சில விவரங்களும் நமக்குத் தேவைப்படுகின்றன. தாழ்த்தப்பட்டோரின் பொது அடையாளம் குறித்து அச்சமூகங்களிடையேயும் சு.ம.

மொட்டையடித்துத் தானும் அரைகுறையாக முடியிழந்தவர் முடிதிருத்தும் தொழிலாளி ஆறுமுகம் ஆவார். இவர் பள்ளர் சாதிக்குரிய முடிதிருத்தும் தொழிலாளி என்பதைக் குறிக்கும் பொருளில் 'பள்ளப்பரியாரி' என்ற சாதிசார் தொழில் முன்னொட்டுடனேயே சுட்டப்படுகிறார் (*விடுதலை*, 2-2-1938, ப. 3). இவை தவிரவும் நீடாமங்கலம் பகுதியிலிருந்து ஆய்வாளருக்குக் கிடைத்த களத்தகவலும் இதனை உறுதி செய்கின்றது (தகவலாளர்கள்: ராசகிரி கோ. தங்கராசு அவைத் தலைவர், திராவிடர் கழகம், நீடாமங்கலம் ஆ. சுப்பிரமணியம், பொதுக்குழு உறுப்பினர், திராவிடர் கழகம் ஆகியோர் தொலைபேசிவழித் தகவல் தந்த நாட்கள் முறையே 11-7-2009, 11-8-2009). இவற்றினும் கூடுதலாக, வன்முறையில் பாதிக்கப்பட்ட கா. அப்பாசாமியை இந்நூலாசிரியர் 7-3-2011இல் நேரில் சந்தித்தபோதும் இச்செய்தி உறுதி செய்துகொள்ளப்பட்டது.

* நீடாமங்கல வன்முறை

† வன்முறைக்கு ஆளான தாழ்த்தப்பட்ட மக்கள்

இயக்கத்தினிடையேயும் இருந்த புரிதல்களைக் காண்பது அத்தேவைகளுள் அடங்கும்.

பறையர், பள்ளர், சக்கிலியர் போன்ற தாழ்த்தப்பட்ட சமூகங்கள் அனைத்தையுமே சேர்த்து, ஒருசேர அடையாளப் படுத்தும்பொருட்டு சு.ம. இயக்கம் பயன்படுத்திய வழமையான பெயர்களுள் ஒன்றுதான் 'ஆதிதிராவிடர்' என்பது. இதனை நாம் முன்பே கண்டோம். ஆயின், இப்பெயர் அதன் நடைமுறைப் பொருளில் 'பறையர்' சாதியை மட்டுமே குறிக்கக் கூடியதாகும். ஏனெனில் தாழ்த்தப்பட்ட சமூகங்களுள் பறையர் அல்லாத மற்ற சாதியினர் அப்பெயரை அவ்வாறே கவனத்தில் எடுத்துக் கொள்கின்றனர். நமக்குக் கிடைக்கும் ஒரு 'குடி அரசு' செய்தியை இங்கு காண்பது இதனை விளங்கிக்கொள்ள ஓரளவு உதவும். ஈரோட்டில் இயங்கிவந்த 'ஆதிதிராவிட நலவுரிமைச் சங்கம்' என்பதன் பெயர் திருத்தப்பட்டு 'தாழ்த்தப்பட்டோர் நலவுரிமைச் சங்கம்' என மாற்றியமைக்கப்பட்டது.[146] இப் பெயர் மாற்ற முடிவு 18–5–1938ல் நடந்த அச்சங்க கூட்டத்தில் எடுக்கப்பட்டது.[147] ஈரோடு நகராட்சி உறுப்பினரும்[148] சு.ம. இயக்கத்துடன் நெருங்கியிருந்தவருமான[149] ஏ. சண்முகம் என்பாரே இச்சங்கக் கூட்டத்திற்குத் தலைமை தாங்கினார். இந்நிலையில், இப்பெயர் மாற்றத்தைச் செய்த இந்தக் குறிப்பிட்ட அமைப்பு பள்ளர் சாதியை சேர்ந்தது என்றே கருத வேண்டியுள்ளது. இதனை உறுதி செய்யும் நேர் சான்று ஏதும் 'குடி அரசு' வழி கிடைக்கவில்லையெனினும் நீடாமங்கல வன்நிகழ்விற்கு ஆட்பட்டவர்களுள் பெரும்பான்மையோர் அச்சாதியினரே என்பதும், மாற்றத்திற்குள்ளான அப்பெயர் நடைமுறையில் பறையர் சாதியை மட்டும் குறிக்கும் என்ற புரிதல் பள்ளர் சாதியிடமும் இருந்தது என்பதும், ஈரோடு போன்ற கொங்குநாட்டு வட்டாரங்களில் பறையர் சாதியைவிடப் பள்ளர் சாதியினர் பெருமளவில் உள்ளனர் என்பதும், நீடாமங்கல வன்நிகழ்வுக்கு ஆட்பட்ட தாழ்த்தப்பட்ட தோழர்கள் சுயமரியாதை இயக்கத்தின் பாதுகாப்பில் ஈரோட்டில்தான் சில காலம் தங்கியிருந்தார்கள் என்பதும் ஆகிய செய்திகளை இணைத்துப்பார்க்கும்போது மேற்கண்ட கருத்திற்கே நம்மால் வரமுடிகின்றது. இதனுடன்கூட அச்சாதியினர் தங்களைத் 'தேவேந்திர குலத்தார்' என்ற பெயரால் அடையாளப்படுத்திக்கொள்வதில் வைதீக, புராண மூட நம்பிக்கை வெளிப்படுவதாகக் கருதும் தன் விமர்சனத்தை, பெரியார் ஈ.வெ.ரா., அவர்களிடையே 1920களின் பிற்பகுதியிலிருந்தே தெரிவித்து வந்தார் என்ற ஒரு பின்னணியையும் இங்கே சேர்த்துப்பார்க்க வேண்டியுள்ளது.[150]

இந்நிலையில், 'ஆதி திராவிடர்' என்ற அடையாளப் பெயர் 'தாழ்த்தப்பட்டோர்' என்றவாறு மாற்றம் பெற்ற இந்நிகழ்வை, நீடாமங்கல வன்முறை தொடர்பான, மேற்கண்ட ஒடுக்கப்பட்ட சமூகத் தலைவர்களின் நிலைப்பாடுகள் குறித்த, சு.ம. இயக்கச் சார்புடைய ஓர் தேவேந்திர குல வேளாளர் அமைப்பில்* 'ஆதிதிராவிடர்' என்பதினும் ஒரு முற்போக்கான அடையாள மாற்றத்தை நோக்கிச் சிறு அசைவாக எழுந்த ஓர் எதிர்வினை என்றே புரிந்துகொள்ள முடிகிறது.

இத்தகைய பின்புலங்களின் ஊடே நீடாமங்கல வன்முறை தொடர்பான, நாம் முன்பே கண்டிருந்த, ஒடுக்கப்பட்ட சமூகத் தலைவர்களின் நிலைப்பாடுகளும்கூட ஒடுக்கப்பட்ட சமூகங்களிடையே எழும் முரண்பாடுகளின் பின்புலத்தில் நோக்கவேண்டிய ஓர் ஆய்வுக்கு விலக்கானவை அல்ல என்றே கருத வேண்டியுள்ளது.

தாழ்த்தப்பட்டோர் தலைவர்களின் நிலைப்பாடுகள் அன்றியும், அவர்களது அமைப்புகள் சார்ந்தும் இத்தகு முரண்பாடுகள் சிறு அளவில் வெளிப்பட்டன. இது குறித்தும் ஒரு 'குடிஅரசு' பதிவு கிடைக்கிறது. ஆயின், இம்முரண்பாட்டின் வடிவம் சாதிசார்ந்து அல்லாமல் மதம் சார்ந்தவாறே காணப்படுகிறது. 'தெய்வத்தால் ஆகாதெனினும் முயற்சி தன் மெய்வருத்தக் கூலிதரும் – ஆதிதிராவிட சமுதாயத்தில் மதபேதம் ஒழிய வேண்டும்' என்ற தலைப்பில் 'குடிஅர'சில் ஒரு கடிதம் வெளியானது. சுயமரியாதை PSM கொம்பையா என்பார் கொழும்பிலிருந்து இதை எழுதியிருந்தார். இக்கடிதத்தில் நீடாமங்கலம் வன்முறை தொடர்பாகக் கொழும்பில் நடந்த ஓர் ஆதிதிராவிடர் கூட்டத்தில் நிகழ்ந்த விவாதத்தை அவர் குறிப்பிட்டிருந்தார். "...நீடாமங்கல விஷயமாய் வைத்த கூட்டத்தில் பலர் பல துவேஷ மனப்பான்மையுடன் பேசியது உங்களுக்கு நினைவு இருக்கலாம். அவ்விதமான வீண் குதர்க்கவாதம் நம் இனத்தவர் இடத்தில் நடந்து கொள்ளாமல்... குலத்திற்காக உழைக்க முன்வாருங்கள்...."[151] என்ற தன் சமூகம் குறித்த சுயவிமர்சன விளிப்போடு அவர் அம்முரண்பாட்டை வெளிப்படுத்தியிருந்தார். இந்நிலையில், இச்சிக்கல் குறித்துத் தலைவர்கள் அன்றியும் தாழ்த்தப்பட்டோர் அமைப்புகளிடையாகவும் எழுந்த (மதம் சார்ந்த) முரண்பாடுகளும் ஆய்வுக்குரியனவாக உள்ளன என்பதே நீடாமங்கல வன்நிகழ்வு

---

* பெயர் மாற்றத்திற்குள்ளான இவ்வமைப்பினது பெயரின் பிற்பகுதியில் வரும் 'நலவுரிமைச் சங்கம்' என்ற சொற்பயன்பாடு, திராவிட இயக்கத்தின் முதல் அமைப்பான தென்னிந்திய நலவுரிமைச் சங்கம் என்ற பெயரின் பிற்பகுதியை நினைவுபடுத்துவது போல் உள்ளமை இங்கு பொருத்திப்பார்க்கத்தக்கது.

குறித்து நாம் வந்தடையும் கருத்தாக உள்ளது. தாழ்த்தப்பட்ட தலைவர்கள் மற்றும் அமைப்புக்களிடையே எழுந்த இத்தகைய உள்நிலை முரண்பாடுகளை சு.ம. இயக்கம் ஒரு பொருட்டாகக் கருதி அவற்றைப் பெரிதுபடுத்தியதற்கான எந்தப் பதிவையும் காணக்கூடவில்லை என்பதும் இங்கு குறிக்கத்தக்கதாகும்.

தாழ்த்தப்பட்டோர் எதிர்வினையும் சு.ம. இயக்கத்துடன் அதன் இயைபும்

நீடாமங்கல வன்முறை குறித்துத் தாழ்த்தப்பட்டோரின் முக்கியத் தலைவர்கள் மற்றும் அவர்களின் மாகாண அமைப்புகள் ஆற்றிய எதிர்வினைகள் அன்றியும், அச்சமூகங்களைச் சார்ந்த தனிநபர்கள், உள்ளூர் மற்றும் வட்டார அளவினதான அமைப்புகள் ஆகியனவற்றின் எதிர்வினைகளும் கவனத்திற்குரியவை. 'குடிஅரசு', 'விடுதலை' ஏடுகளில் இவ்வகையான எதிர்வினைகள் பல பதிவாகியுள்ளன. இதன் தொடர்பில் முன்பே நாம் கண்ட முதல் எதிர்வினையான ஆம்பூர் ஆதிதிராவிடர் அபிவிருத்தி சங்க கூட்டத்தின் கண்டனத்தைத் தொடர்ந்து கவனத்தை ஈர்ப்பன 'விடுதலை'யில் வெளியான இரு கட்டுரைகள். இவ்வகையில் ஆர். சுப்பிரமணியம் என்பார் எழுதியிருந்த ஓர் கட்டுரை முக்கியமானதாகும்.[152] 'சமபந்தி போஜனம் என எல்லாருக்கும் அறிவித்திருக்காவிடில் இந்த அவலம் நடந்திருக்காதே' என்று தொடங்கும் இது, "இந்து சமூகத்திற்கே ஏகப் பிரதிநிதி ஸ்தானம் எமதென வாய்ப்பறை சாற்றி வட்ட மேஜை மகாநாடு சென்று வெறுங்கையாய் நாடு திரும்பி பாடுகிடந்து ஆதிதிராவிடர்கள் இந்து மதத்தினர், இந்துக்களுக்குள்ள சகல உரிமைகளிலும் பங்குகொள்ள பாத்தியதையுள்ளவர்களென ஜம்பம் பேசி, பூனா ஒப்பந்தம் எனும் படுகுழியில் தள்ளி இன்று அவ்வுயிர்ப் பிச்சையளித்த வாயில்லா பூச்சிகளை எள்ளி நகையாடி, ஏளனம் செய்வதோடல்லாமல் மொட்டையடித்தும் சாணம் பூசியும் இம்சிக்கவும் புறப்பட்டார்களன்றோ? இந்நன்றி கெட்ட காங்கிரஸ் ஆட்சிக்கு ஆதிதிராவிட பொதுமக்கள் சரியான பாடம் கற்பித்தல் அவசியம்" என்று சினம் கக்கும் அக்கட்டுரை இவ்வன்முறைக்கு காரணமானவர்கள் மீது சட்டவழி நடவடிக்கை எடுத்துத் தண்டிக்க வேண்டும் என்றும், அத்தகைய முயற்சிகளுக்குப் பொருளுதவி உள்ளிட்ட அனைத்துவகை உதவிகளையும் தாழ்த்தப்பட்டோர் செய்ய வேண்டும் எனவும் வேண்டி முடிகிறது.

இதனைத் தொடர்ந்து, "நன்றி கெட்ட காந்தியாரும் காங்கிரசும் ஒரு மிருக நாயை அடித்தால் அதன் எஜமான் கேட்கிறார் – ஆனால் மனித 'பறை நாயை'அடித்தால் கேட்க

ஆளில்லையா? தாழ்த்தப்பட்டவர்களுக்கு புத்தி வருமா? நீடாமங்கல காங்கிரஸ்காரர்களின் அநீதி" என்ற நீண்ட தலைப்பிட்டு வெளியான டி. ஞானக்கண் என்பார் எழுதிய கட்டுரையும் முக்கியமானதாகும்.[153] இக்கட்டுரையை 'ஆதி திராவிடன்' இதழிலிருந்து எடுத்து 'விடுதலை' வெளியிட்டிருந்தது.

'பறையர் என்ற பிறவியின் காரணமாக அவர்கள் காங்கிரஸ் சமபந்தியில் இழிவுபடுத்தப்பட்டார்கள்' எனத் தொடங்கும் இக்கட்டுரை தொடர்ந்து, 'காந்தியும் அமைச்சர் வி.ஐ. முனிசாமி பிள்ளையும் மற்றும் மாகாண சட்டமன்றத்தில் உள்ள காங்கிரஸ் கட்சியை சார்ந்த தாழ்த்தப்பட்ட உறுப்பினர்களும் என்ன செய்யப்போகிறார்கள்?' எனக் கேட்டது. "வட்டமேஜை மகாநாட்டின்போது இந்து சமூகத்திலிருந்து தாழ்த்தப்பட்டவர்களை தனித் தொகுதிக்கு விட்டுக்கொடுக்க மாட்டேன் என்றும் கலப்பு தொகுதியே செய்து தீருவேன் என்றும், சீமைக்குச் சென்று சுதந்திரம் வாங்கிக்கொடுக்கிறேன் என்று வெறுங்கையுடன் திரும்பி வந்த 'மகாத்மா' காந்தி செட்டியார், சுத்த வீரனாகத் தோன்றி தாழ்த்தப்பட்டவர்களுக்குத் தனித்தொகுதிதான் வேண்டுமென்று கேட்ட கனம் டாக்டர் அம்பேத்கர், அவர்களை மாய ஜாலத்தினால் பட்டினி கிடந்து மயக்கவில்லையா? அதற்கான கங்காணிகளாய் தோழர்கள் இராஜகோபாலாச்சாரியார். . . எம்.சி. ராஜா, ஆர். சீனிவாசன் போன்றவர்கள் சென்னையிலிருந்து டாக்டர் அம்பேத்கர் இருப்பிடம் சென்று தோழர் காந்தி செட்டியாருக்கு உயிர்பிச்சை வாங்கி கலப்புத் தொகுதியை உண்டாக்கும்படி செய்யவில்லையா? அவர்கள் எல்லாம் இன்று நீடாமங்கலம் சம்பவங்களுக்கு என்ன செய்யப்போகிறார்கள்? என்பதை எதிர்பார்க்கிறோம். இதுதான் ஆதிதிராவிடத் தலைவர்கள் கருணையுடன் கலப்புத்தொகுதிக்கு உயிர்பிச்சை அளித்த நன்றியா?..." என்று கடிந்தது. தொடர்ந்து "ஆகவே இனி காங்கிரஸ்வாலாக்கள் வண்டவாளங்களையும் பசப்பு வார்த்தைகளையும் உபமான உபமேயங்களையும் மக்கள் உணர்ந்து விழித்துக்கொண்டார்கள். சுத்த ரத்தம் உள்ள ஆதிதிராவிட சமூகத்தான் ஒவ்வொருவனும் சுபிட்சமாய் வாழ வேண்டுமானால் தனித்தொகுதி முறையே வேண்டுமென்றும் கலப்பு தொகுதியை ரத்து செய்ய வேண்டுமென்றும் பொறுப்புள்ள கவர்ன்மெண்டாரிடத்து போராடி வெற்றிபெற முன்வரவேண்டும். பொதுத்தொகுதிக்கென்று அன்று பட்டினி கிடந்த 'மகாத்மா' காந்தி செட்டியார் இன்று நீடாமங்கலத்தில் ஆதிதிராவிடர்களை மானபங்கம் செய்ததைக் குறித்து பட்டினி கிடந்து நீதியை நிலை நாட்டுவாரா?..." எனக் கேட்டு, "இனியாகிலும் ஆதிதிராவிடர்களே உஷாராயிருங்கள்" என எச்சரித்து முடிகிறது இக்கட்டுரை.

தாழ்த்தப்பட்டோருக்குக் கிடைத்த வலிமையான அரசியல் ஆயுதமான தனித்தொகுதி முறைக்குப் பதிலாக, ஒப்பீட்டளவில் பெரிய பலன் ஏதும் தராத கூட்டுத்தொகுதி முறைக்கு – வேறு வழியின்றி – அம்பேத்கரை இணங்கச்செய்த ஒன்றே காங்கிரஸ் தரப்பினருடன் அவர் மேற்கொண்ட 'புனா ஒப்பந்தம்' (1932) ஆகும். இவ்வொப்பந்தத்தை அதன் தொடக்கம் முதலே சு.ம. இயக்கம் எதிர்த்து வந்தது. இந்நிலையில் 'புனா ஒப்பந்தம்' என்ற பெயரில் தாழ்த்தப்பட்ட மக்கள் மீது வலிந்து திணிக்கப்பெற்ற பெரும் அரசியல் அதிகாரப் பின்னடைவுதான், நீடாமங்கல வன்முறை போன்ற பெரும் சமூக – பண்பாட்டு பின்னடைவுகளிலிருந்து அவர்கள் விடுபட முடியாமல் போனதற்கான காரணம்' என்பதான ஒரு கருத்தை மேற்கண்ட இரு கட்டுரைகளிலும் காணமுடிகிறது. நீடாமங்கல வன்நிகழ்வோடு 'புனா ஒப்பந்த'த்தை இயைபுபடுத்திப்பார்க்கும் பார்வை குறிப்பிடத்தக்கது என்பதுடன், இத்தகைய பார்வையானது சு.ம. இயக்கத்தின் பார்வைக்கு மிகவும் நெருக்கமானதாகவும் விளங்குகின்றது. இத்துடன் மேற்கண்ட இரு கட்டுரைகளிலும் தனித்தொகுதி உரிமையைப் பறித்த 'புனா ஒப்பந்த' நெருக்கடிக்கு முழுமுதற்காரணமாக இருந்த காந்தி, நீடாமங்கல வன்முறையைக் கண்டுகொள்ளவில்லை என்ற அளவில் அவரும் வைதீக, சாதி – இந்து மனநிலைக்கு விலக்கானவரல்ல என்பதைக் கோபத்துடன் குறிப்புணர்த்தும் வகையிலேயே அவருக்கும் 'செட்டியார்' என்ற சாதிப் பின்னொட்டு வழங்கப்பட்டிருப்பதை இரண்டாவது கட்டுரையில் காணமுடிகிறது.

புனா ஒப்பந்த நிகழ்வை நீடாமங்கல வன்முறையோடு சமன்படுத்திப் பார்க்கும் இப்பார்வையும் இதன் தொடர்பில் புனா ஒப்பந்தத்தை ஒழித்துவிட்டு மீண்டும் தனித்தொகுதி முறையையே தங்களுக்கு அளிக்க வேண்டும் என்ற கோரிக்கையும் தாழ்த்தப்பட்ட மக்கள், அமைப்புகள் ஆகிவற்றின் கண்டனங்கள் பலவற்றிலும் இடம்பெறுவதைக் காணமுடிகிறது. இவ்வகையில்:

1. பெரம்பலூர் ஆதிதிராவிடர் கூட்டம் (22–1–1938) மற்றும் தீர்மானம்[154]

2. நாமக்கல் தாலுகா தாழ்த்தப்பட்டோர் மகாஜன சபையின் கூட்டம் (28–1–1938) மற்றும் தீர்மானம்[155]

3. திருச்சி, நீடாமங்கல கண்டனக்கூட்டம் (6–2–1938) மற்றும் தீர்மானம்[156]

4. குடியாத்தம் ஆதிதிராவிடர் கூட்டம் (28–1–1938) மற்றும் தீர்மானம்[157]

5. பெரம்பலூர் தாலுகா முதலாவது தாழ்த்தப்பட்டோர் மாநாடு (6–3–1938) மற்றும் தீர்மானம்[158]

போன்றன மேற்குறித்தவாறான பதிவுகளுக்குச் சான்றுகளாகும்.

நீடாமங்கல வன்நிகழ்வின் தொடர்பில் தாழ்த்தப்பட்ட மக்கள், அமைப்புகள் ஆகியவற்றின் எதிர்வினைகளுள் மேலும் குறிப்பிடத்தக்கனவாக உள்ளவை எனக் கீழ்வருவனவற்றைச் சொல்லலாம்.

1) கறுப்புக்கொடி ஊர்வலத்துடன் 'தேவசகாயம் துக்க தினம்' (28–1–1938) கொண்டாடிய நாமக்கல் தாலுகா தாழ்த்தப்பட்டோர் மகாஜன சபையின் நடவடிக்கை.[159]

2) 'ஹரிஜன்' என்ற வார்த்தைக்குப் பதிலாக ஆதிதிராவிடர் என்ற வார்த்தையைப் பயன்படுத்துவதே சரியானது எனத் தீர்மானித்த குடியாத்தம் ஆதிதிராவிடர் சங்கக் கூட்டம் (29–1–1938).[160]

3) தாழ்த்தப்பட்டோரைக் குறிக்க காங்கிரஸ் பயன்படுத்திய 'ஹரிஜன்' என்ற வார்த்தைக்குக் கண்டனம் தெரிவிக்கும் பொம்மிநாயக்கன்பட்டி எம்.எஸ். முத்துகருப்பையா எழுதிய கடிதம்.[161]

4) 'ஹரிஜன' மந்திரி கோஷ்டிக்கு வளையல் அனுப்புவோம் எனத் திருச்சி வரகனேரி, தாழ்த்தப்பட்ட சமூகத்தைச் சேர்ந்த அ. ஜெபமாலையம்மாள் எழுதிய எச்சரிக்கைக் கடிதம்.[162]

5) தாழ்த்தப்பட்டோர் உரிமை காக்க இதுபோன்ற பிரச்சனைகளில் கவர்னர் தன் விஷேச அதிகாரத்தை பயன்படுத்த வேண்டும் எனக் கோரும் வேலூர் ஆதிதிராவிட மாநாடு மற்றும் தீர்மானம்.[163]

6) நீடாமங்கலம் கொடுமையைக் கண்டித்தும் தஞ்சை ஜில்லாவில் ஆதிதிராவிட விவசாயத் தொழிலாளர்கள், பெரு நிலவுடமையாளர்களிடம் அடையும் துன்பங்கள் பற்றி கூடி விவாதித்து முடிவு காண வேண்டுகோள் விடுத்தும் வெளியிடப்பட்ட தஞ்சை ஜில்லா ஆதிதிராவிட ஜன சமூக அறிக்கை.[164]

7) 'காங்கிரஸ் மந்திரிகளிடம் நம்பிக்கையில்லை . . . சுயமரியாதை இயக்கத்தையே ஆதரிக்க வேண்டும்' என்று கூறும் இலங்கை ஆதிதிராவிட மகாநாடு (19–3–1938, கொள்ளுப்பிட்டி, கொழும்பு) மற்றும் தீர்மானம்.[165]

இவ்எதிர்வினைகளில் இடம் பெறும் 'ஹரிஜன்' என்ற வைதீக மொழியில் தாழ்த்தப்பட்ட மக்களை அடையாளப்படுத்தலுக்கான எதிர்ப்பு, 'ஆதிதிராவிடர்' என்கிற அடையாளத்திற்கான ஆதரவு, கவர்னரின் விஷேச அதிகாரத்திற்கான ஆதரவு போன்ற கருத்துக்கள் தாழ்த்தப்பட்டோர் சிக்கல் தொடர்பான சு.ம. இயக்கத்தின் கருத்துக்களோடு முற்றிலும் இயைபுடையன என்பது குறிப்பிடத்தக்கதாகும்.

சுயமரியாதை இயக்கத்தின் நேரடி மற்றும் கருத்தியல் எதிர்வினைகள்

நீடாமங்கல இழிவன்முறையின் தொடர்பில் சுயமரியாதை இயக்கத்தின் எதிர்வினைகள் மிக முக்கியமானவைகளாகும். 'தினமணி' நாளேடு மற்றும் காங்கிரஸ் தரப்பினர் குறிப்பாக அமைச்சர் வி.ஐ. முனிசாமி பிள்ளை ஆகியோர் நடந்த வன்நிகழ்வைப் பொய் என மறுத்ததைத் தொடர்ந்து, நேரடியாகப் பொதுமக்களிடம் இப்பிரச்சனையக் கொண்டுசென்றது சு.ம. இயக்கம்.

19–1–1938 அன்று பொள்ளாச்சியில் நடந்த பொதுக்கூட்டத்தில் நீடாமங்கல வன்முறை குறித்துப் பேசிய பெரியார் ஈ.வெ.ரா.[166] தொடர்ந்து, 21–1–1938 அன்று குன்னூரில் நடைபெற்ற கூட்டத்திலும் இதுதொடர்பாக எழுந்த கேள்விகளுக்குத் தக்க விடையளித்தார்.[167]

இவற்றையொட்டி ஈரோட்டில் 'நீடாமங்கலத்தில் நடந்ததென்ன?' என்ற தலைப்பில் ஒரு பொதுக்கூட்டத்தைச் சு.ம. இயக்கம் ஏற்பாடு செய்தது.[168] 28–1–1938 மாலை 6.30 மணிக்கு ஈரோடு காரைவாய்க்கால் கரையில் நகராட்சி உறுப்பினர் ஹாஜி வதூத் சாயபு தலைமையில் நடந்த இக்கூட்டத்தில் பெரியார் ஈ.வெ.ரா., சி.என். அண்ணாதுரை, அ. பொன்னம்பலனார் உள்ளிட்ட பலர் கலந்துகொண்டனர். அப்பகுதி ஆதிதிராவிட நலவுரிமைச் சங்கச் செயலாளரான ஏ. சண்முகம் உள்ளிட்ட சு.ம. இயக்கத்தவரால் ஒழுங்கு செய்யப்பட்ட இக்கூட்டத்தை ஈரோடு பார்ப்பனரல்லாத வாலிபர் சங்கம் நடத்தியது.[169] இக்கூட்டத்தில் வன்முறைக்கு ஆளான தேவசகாயமும் கலந்துகொண்டு நடந்த வன்நிகழ்வுகளையும், அவை வெளியான பிறகு அவற்றை மறைப்பதற்காக நடைபெற்ற திரைமறைவு வேலைகளையும், அதற்காக ஆதிக்க சக்திகளால் தாங்கள் பயன்படுத்திகொள்ளப்பட்டதையும் மக்களிடம் விளக்கி பேசினார்.*

* நவீன காலத்தில் தாழ்த்தப்பட்டோருக்கான கருத்தியல் மற்றும் இயக்கம் என்கிறவரான அரசியல் புரிதல்களுக்கு வெளியே நிற்கின்ற, அச்சமூகத்தை சார்ந்த எளிய மனிதர் ஒருவர், கருத்தியலடியாக இயங்குகின்ற ஓர் இயக்கத்தின் பொது மேடையில் நின்று, தான் சார்ந்த சாதியைவிட உயர் சாதியினர் அதிகமாக

இக்கூட்டத்திற்கான விளம்பரத்திலும், "நீடாமங்கலத்தில் நடைபெற்ற அரசியல் (காங்கிரஸ்) மகாநாட்டில் நடந்த சமபந்தி சாப்பாட்டில் உட்கார்ந்து சாப்பிட்டதற்காக, கட்டிவைத்து உதைத்து மொட்டை அடித்து சாணியை வாயில் ஊற்றி மரியாதை செய்யப்பட்ட தோழர் தேவசகாயம் அவர்களும் கூட்டத்திற்கு விஜயம் செய்வார்" எனக் குறிப்பிடப்பட்டிருந்தது.[170] தேவசகாயம் இக்கால கட்டத்தில் சு.ம. இயக்கத்தின் பாதுகாப்பில் இருந்தார் என்பது மீளவும் இங்கு குறிப்பிடத்தக்கது. தேவசகாயத்தின் ஈரோடு பேச்சை, "நீடாமங்கலத்தில் நடந்ததென்ன? தோழர் தேவசகாயம் விளக்கம்" என்று தலைப்பிட்டு வேட்டியும் துண்டும் அணிந்த நிலையிலான தேவசகாயத்தின் முழு உருவப்படத்துடன்[171] 'விடுதலை' வெளியிட்டது[172]. இதனை 'குடிஅரசு'ம் அப்படியே மறுவெளியீடு செய்தது.[173],[174]

ஈரோட்டைத் தொடர்ந்து 29.1.1938இல் சேலத்தில் நடந்த ஒரு சு.ம. பொதுக்கூட்டத்திலும் வன்நிகழ்வுக்கு ஆட்படுத்தப்பட்ட தோழர்கள் மேடையில் ஏறி தங்களுக்கு நிகழ்ந்த கொடுமையை மக்களிடம் விளக்கினார்கள்.[175]

இப்பிரச்சினை தொடர்பாகக் 'குடிஅரசு' எழுதிய 'நீடாமங்கல உண்மை' என்ற தலையங்கம் இங்கு முக்கியமானது.[176] வன்நிகழ்வு வெளிப்படுத்தப்பட்டதையொட்டி அதற்குப் பரிகாரம் தேட முயலாமல் அதனை அடியோடு மறைக்க வேண்டிக் காங்கிரஸ்காரர்கள் செய்த திரைமறைவு வேலைகளையும் பரப்பும் பொய்ச் செய்திகளையும் கண்டித்த இத்தலையங்கம் தொடர்ந்து, ". . . காங்கிரஸ்காரர்கள் தீண்டாமையை ஒழிக்கவோ ஆசைப்படுகிறார்களா? அல்லது பழைய ராமராஜ்யப்படி சாமி கும்பிட்டதற்காக ஒரு பார்ப்பனரல்லாதாரின் தலையை வாங்கியது* போல் பக்கத்தில் உட்கார்ந்து சாப்பிட்டதற்காக அவனை கொலை செய்ய வேண்டும் என்ற உணர்ச்சியை கிளப்புகிறார்களா?" என்று கேட்டது. இதன்வழி, இத்தகைய நவீன காலத் தீண்டாமைக் கொடுமைகளுக்கு நியாயம் கற்பிக்கிற நீண்ட நெடிய கால வருணாச்சிரம – புராண

இருக்கும் ஒரு பொதுக்கூட்டத்தில், அதேபோன்ற உயர் சாதியினரால் தான் அடைந்த கொடுமையைபற்றிப்பேசும் அங்கீகாரம் கிடைக்கப்பெற்ற முதல் நிகழ்வு, இம்மாகாணத்தில், இதுவாகவே இருக்கக்கூடும்.

* இராமாயணத்தில் இடம்பெறும் ஒரு உபகதை இது. அயோத்தியில் இராமன் ஆண்டபோது அங்கு வாழ்ந்த சம்பூகன் எனும் சூத்திரன் இறைவனை நோக்கித் தவம் செய்தான். பார்ப்பனர் தவிர்த்த மற்றவர்களுக்குக் குறிப்பாகச் சூத்திரர்களுக்கு அவ்வுரிமை இல்லை என்று வைதீக சாத்திரங்கள் சொல்வதால் சம்பூகன் செய்வது குற்றம் என அங்கிருந்த பார்ப்பனர்கள் இராமனிடம் முறையிட்டனர். அதை ஏற்ற இராமன் சம்பூகனைக் கொலை செய்தான் என்பதே அக்கதையாகும்.

கருத்தியல் அடிப்படைகளையும் ஒருபுறம் சுட்டிக்காட்டியது அத்தலையங்கம். அதேவேளை, இவ்வன்நிகழ்வை ஒரு தனித்த நிகழ்வாகக் காண்பதைவிடவும் தஞ்சைப் பகுதியில் நிலவிய சமூக, பொருளாதார, பண்பாட்டு முரண்பாடுகளின் ஒரு கூறாகக் காண்பதே சரியான அணுகுமுறை என்ற வகையில் இத்தலையங்கம் அம்முரண்பாடுகளையும் வெளிச்சமிட்டது.

> “தஞ்சை ஜில்லாவில் ஆதி திராவிடர்களின் நிலைமை இந்திய சமதர்மவாதிகளும்* தேசியவாதிகளும் தேசபக்தர்களும் அறிய வேண்டிய காரியமாகும். தஞ்சை ஜில்லாவில் ஆதிதிராவிடர் நிலைமை பழைய கால அடிமைத்தன்மையே ஆகும். அங்குள்ள நிலங்களில் உள்ள மரங்கள் எப்படி அந்த நிலக்காரனுக்கு சொந்தமோ அதுபோலவும், அந்த நிலம் விற்கப்பட்டால் எப்படி மரம் வாங்கியவனுக்குச் சேருமோ அதுபோலவும், ஒவ்வொரு நிலத்துக்கும் சில ஆதிதிராவிட மக்கள் அடிமைகளாக இருந்து பூமி கைமாறியவுடன் அவர்களும் கூடவே பூமியை விலைக்கு வாங்கியவனுக்கு அடிமையாவது இன்றும் வழக்கம். இந்த ஆதிதிராவிடன் அந்த வயல் நிலத்தில் வயல்காரனுடைய கருணையால் குடியிருக்க வேண்டியவனாவான். அவனுடைய சகல சுதந்திரமும் வாழ்வும் மிராசுதார் என்று அழைக்கப்படுகிற பூமிக்குடையவனைச் சேர்ந்ததாகும். பூமிக்குடையவன் அவனை அடித்தாலும் உதைத்தாலும் வேறு என்ன கொடுமை செய்தாலும் கேட்பதற்கு யாருக்கும் உரிமை கிடையாது. அந்த மிரசுதாரன் மீது பிராது செய்யவும் எவனும் துணியமாட்டான். அப்படி எவனாவது பிராது செய்துவிட்டால் அவனுக்கு வேறு போக்கிடம் கிடையாது. அப்படிப்பட்டவன் குடியிருக்க இடமில்லாமலும் சாப்பாட்டுக்கு வகை இல்லாமலும் பட்டினி கிடந்து தெருவில் செத்துக் கிடக்க வேண்டியதுதான். வேறு மிராசுதாரர் அதற்கு சிபாரிசுக்கு வரவோ ஆதரிக்கவோ ஆரம்பித்தால் பிறகு அவனது அடிமையை அவன்மீது ஏவிவிட்டு விடுவார்கள். ஆதலால் மிராசுதார் கொடுமைக்கு ஆளாக இஷ்டப்படவில்லையானால் ஒரு ஆதி திராவிடன் மலாய் நாட்டுக்கோ, மோரிஷீஸ்கோ

* சமதர்ம/பொதுவுடமைவாதிகள் இந்நீடாமங்கல வன்கொடுமையை அறிந்து அதற்கு எதிரிவினையாற்றியதாகத் தெரியவில்லை.

ஓடவேண்டியதுதானே தவிர அவனுக்கு அந் நாட்டில் போக்கிடம் கிடையாது. ஆதலால் அங்கு ஆதிதிராவிடர்கள் மிருகங்களிலும் கேவலமாக நடத்தப்படுகிறார்கள். இதனாலேயே சிங்கப்பூர், மோரீஷ், கஞ்சிபார் முதலிய தீவுகளில் அதிகம் தஞ்சை ஜில்லா ஆதிதிராவிடர்களே கூலிகளாய் ஓடிப்போய் இருக்கிறார்கள். இந்த விஷயத்தை உணர்ந்த ஜஸ்டிஸ் கட்சிக்காரர்கள் தஞ்சை ஜில்லா ஆதிதிராவிடர்களுக்கு குடியிருக்க நிலம் வாங்கிக் கொடுக்கும்படி சர்க்காரில் ஏற்பாடு செய்தார்கள். அதுசமயம் தஞ்சை மிராசுதாரர்கள் பார்ப்பனர்கள் உள்பட கூப்பாடு போட்டதால் அக்காரியம் சரிவர நடத்தப்பட முடியாமல் போய்விட்டது"

என்றவாறு செல்லும் அத்தலையங்கம் அம்முரண்பாடுகளின் பன்முகத்தன்மைகளையும் அவற்றின் பாரதூர விளைவுகளையும் விளக்குகிறது.

தொடர்ந்து, இவ்வன்நிகழ்வுகளை மறுத்துவந்த அமைச்சர் வி.ஐ. முனிசாமி பிள்ளையின் தன்முரண்பாடுகளைச் சுட்டிக் காட்டிக் கடிந்தது இத்தலையங்கம். தவிரவும், இவ்வன்நிகழ்வை வெளியிட்ட காரணத்தினால் டி.கெ.பி.எஸ். உடையாருக்காகத் தஞ்சை வழக்கறிஞர் கே.டி. பாலசுப்பிரமணிய அய்யர் 'விடுதலை' வெளியீட்டாளர் ஈ.வெ. கிருஷ்ணசாமி மீதும், அதன் ஆசிரியர் எஸ். முத்துசாமி பிள்ளை மீதும் நடவடிக்கை எடுக்கப்போவதாக ஒரு வக்கீல் நோட்டீஸ் கொடுத்திருந்தார். இதனைச் சுட்டிக்காட்டிய அத்தலையங்கம் 'இந்த விஷயத்தில் எந்த தனிநபரையோ அல்லது சாதியினரையோ இழிவுபடுத்தும் நோக்கம் தனக்கில்லை என்றும், பிரிட்டீஷ் ஆட்சி நடக்கும்போதே இந்த நிலைமையா? என்ற பயம்தான் ஏற்படுகிறது' என்றும் எழுதியது. ஏற்படப்போகும் வழக்குச் செலவுகளையும் தாக்கப்பட்ட தோழர்களின் வாழ்கைச் செலவுகளையும் பொறுப்பேற்றுக்கொள்ளும் தனது நியாய உணர்வை இது வெளிப்படுத்துகிறது. இறுதியாக இத்தகைய மேல்சாதியினரால் தீர்மானிக்கப்படும் காங்கிரசின் சுயராஜ்யம் எப்படிப்பட்டதாக இருக்கும் என்பதைப் பற்றி எச்சரிக்கை செய்வதுடன் முடிகின்றது.

அதே 'குடிஅரசு' இதழில் 'கனம் வி.ஐ. முனிசாமி பிள்ளைக்குச் சவால்' என்று தலைப்பிட்டு நாகலிங்கம், c/o. 'விடுதலை', ஈரோடு, என்ற பெயரில் வெளியான ஒரு அறிவிப்பும் குறிப்பிடத்தக்கது.[177] 'வன்நிகழ்வை மறுத்துப் பேசும் வி.ஐ. முனியசாமி பிள்ளை நேரில் வந்தால் பாதிக்கப்பட்டவர்களை நேரில் ஒப்படைத்து நடந்ததை

உறுதி செய்கிறோம்' எனக் கூறிய இந்த அறிவிப்பு, அதன் பிறகாவது அவர் மந்திரி பதவியை விட்டு விலகிக் காங்கிரசின் 'ஹரிஜனப்' புரட்டை வெளிப்படுத்துவாரா எனக் கேட்டது.

அவ்விதழிலேயே 'கவர்னரும் விசேஷ அதிகாரமும்' என்ற தலைப்பில் எழுதப்பட்ட ஒரு கட்டுரையும் இடம்பெற்றிருந்தது.[178] தாழ்த்தப்பட்டோர், சிறுபான்மையினரின் உரிமைகளைப் பாதுகாத்தல் என்ற நோக்கில் மாகாண கவர்னர்களிடம் இருந்த சிறப்பதிகாரங்களை இக்கட்டுரை ஆதரித்தது. இச்சிறப்பதிகாரங்களை அந்நாளில் காங்கிரஸ்காரர்கள் எதிர்த்துவந்தார்கள் என்பது இங்கு நினைக்கத்தக்கது. வைதீகர்கள், உயர் சாதியினரின் ஆதிக்கத்திற்குக் காங்கிரஸ் ஆட்பட்டிருந்த நிலையில் தாழ்த்தப்பட்டோர் அத்தகையோரின் கொடுமைக்கு உள்ளாவதைக் காங்கிரசால் தடுக்க இயலாது. இந்நிலையில் இதுபோன்ற கொடுமைகளிலிருந்து அவர்களைக் காக்கவல்ல ஒரே ஆயுதமான கவர்னரின் சிறப்பதிகாரத்தையும் காங்கிரஸ் எதிர்ப்பதில் என்ன நியாயம் உள்ளது எனக் கேட்ட இக்கட்டுரை, "நீடாமங்கலத்தில் தீண்டாதார்களை மொட்டை அடித்து சாணத்தால் அபிஷேகம் செய்த மரியாதைகளும் தேசீயவாதிகள் தீண்டப்படாதவர்கள் எனப்படும் வாயில்லா பூச்சிகளுக்கு எப்பேர்ப்பட்ட பாதுகாப்பாளர்கள் என்பதைக் காட்டுகிறது. முள்ளில்லா மரங்களாகிய தங்களை தாங்கள் காப்பாற்றிக்கொள்ள முடியாத அப்பாவிகளாகிய ஒடுக்கப்பட்ட தீண்டாதார்கள் மேல்ஜாதிக்காரர்கள் பார்ப்பனர்கள் கொடுமைகளிலிருந்து தங்களை காப்பாற்ற கவர்னரிடம் விசேஷ அதிகாரம் வேண்டுமென்றால்* அதையும் தேசத் துரோகச் செயல் என்றும் வகுப்புவாதம் என்றும் அவர்களைத் துன்புறுத்தும் பார்ப்பனர்களும் அவர்களைச் சேர்ந்த மேல் வகுப்பாரும் சொல்லுகிறார்கள் என்றால் நியாய உணர்ச்சி உள்ளவர்கள் கண்களில் இரத்தம் வராதா?" என்று வினவியது அக்கட்டுரை.

இவற்றைத் தவிரவும் 'குடிஅரசு' இதழில் நீடாமங்கலம் வன்நிகழ்வுக்கு எதிராக இலக்கிய வடிவத்தில் பதிவாகியுள்ள ஒரு குரலையும் கேட்க முடிகிறது. 'காங்கிரஸ் தமிழர்களுக்கு வேண்டுகோள்' என்ற தலைப்பிட்டுக் கடம்பங்குளம் ப. நாராயணன் என்பார் எழுதிய கவிதை வருமாறு.

மேடைதன்னில் தீண்டாமை போக்கும்
மேன்மையுறும் வார்த்தையை
வாடிடு மக்கள் முன்னே

* ஆளுநரின் சிறப்பதிகாரங்கள் குறித்து சுயமரியாதை இயக்கத்தின் கருத்தும் இதுதான். ஆயின் நீடாமங்கல வன்நிகழ்வில் பாதிக்கப்பட்ட தாழ்த்தப்பட்ட மக்களுக்கு ஆதரவாகச் சென்னை மாகாண ஆளுநர் தனது சிறப்பதிகாரத்தைப் பயன்படுத்தவில்லை.

> வழங்குகின்ற வீணரே
> நீடாமங்கலத்தில் நிகழ்ந்ததென்ன சொல்லுவீர்.
>
> . . .
>
> காங்கிரசில் சேர்ந்துழைக்கும்
> கண்ணியமற்ற தமிழரே
> ஆங்கிலராட்சி தன்னையே
> அகற்றியோட்டும் புலிகளே
> நீங்களென்ன பார்ப்பனர் பின்
> நின்று தாளம் போடுகிறீர்
>
> . . .
>
> தேடியே நம் தோழர் தலை
> சிறைத்து சாணி ஊற்றினோர்
> கூடியே வருவாரோ இக்
> குறிப்புணர்வ தென்று கொல்.

இக்கவிதை, இதழின் முகப்பு பக்கத்தில் வெளியிடப்பட்டிருந்தது.[179] இவ்வரிகள் சாதி வேறுபாட்டை எதிர்த்த கலக வழியினரான சிவவாக்கியரின் மெட்டில் அமைக்கப்பெற்றிருந்தமை குறிக்கத்தக்கதாகும். இக்கவிதை, "காங்கிரஸ் பார்ப்பனரல்லாத தோழர்களுக்கு" என்று தலைப்பு மாற்றப்பட்டு 'குடிஅர'சில் மீண்டும் ஒருமுறை முகப்புப் பக்கத்தில் வெளியிடப்பட்டது.[180]

நீடாமங்கல இழிவன்கொடுமை நடந்து முடிந்த ஓராண்டின் பின்னரும் அதனை நினைவூட்டும் வகையில் 19.2.1939 நாளிட்ட 'குடிஅரசில்' பதிவான மற்றொரு கவிதையும் குறிப்பிடத்தக்கதாகும்.[181]

> நாடா இது வெறுங்காடா – இந்த
> நாட்டிலுள்ளவர்கள் அறிவில்லா மாடா?
> நீடாமங்கலத்தில் நம்மை – செய்த
> நெறியற்ற முறையினை யொழிப்பதே பெருமை*

தருமபுரி மாவட்டம் பென்னாகரத்தில் நடந்த ஒரு காங்கிரஸ் பொதுக்கூட்டத்தில் சுயமரியாதை இயக்கத்தினர் நீடாமங்கல வன்நிகழ்வை முன்வைத்துக் காங்கிரசாருடன் நடத்திய நேரடி எதிர்வினை குறித்த 'விடுதலை'யின் பதிவு ஒன்றும் முக்கியமானது. 30-1-1938 இரவு 10 மணி வாக்கில் வெங்கடாஜல உடையார் தலைமையில் இக்கூட்டம் நடைபெற்றது. ராஜு பண்டாரம் என்ற காங்கிரஸ் பேச்சாளர் நீடாமங்கலம் வன்முறை உள்ளிட்ட பல்வேறு பிரச்சனைகளிலும் தங்கள் கட்சியின் நிலைப்பாட்டை நியாயப்படுத்திப் பேசினார். அவ்வேளையில் அங்கிருந்த சுயமரியாதை இயக்கத்தினர் சேலம் சித்தையன் தலைமையில்

---

* இக்கவிதையை எழுதியவர் குறித்த பதிவுகள் இல்லை. கவிதையின்கீழ் ஆ.இ. 'குடிஅரசு', 19.2.1939 என்ற பதிவுகளே இடம் பெற்றுள்ளன.

அப்பேச்சை, குறிப்பாக நீடாமங்கலம் வன்நிகழ்வு தொடர்பாகக் காங்கிரஸ் எடுத்த நிலைப்பாட்டை, கடுமையாக எதிர்த்துப் பேசினார். இரு தரப்பினரின் கருத்து மோதல்கள் குறித்த மக்கள் தீர்ப்பை அறிய வேண்டி அக்கூட்டத்திலேயே ஒரு வாக்கெடுப்பு நடத்தப்பெற்றது. 500 பேர் கலந்து கொண்ட அக்கூட்டத்தில் 10 பேர் தவிர மீதமுள்ள அனைவரும் சுயமரியாதை இயக்கத்தினரின் நிலைப்பாட்டுக்கு ஆதரவாகவே வாக்களித்தனர்.[182] மாகாணச் சட்டமன்றத்தில் இவ்வன்நிகழ்வு குறித்துக் கருதத்தக்க அளவில் விவாதம் ஏதும் எழாத நிலையில் மக்கள் மன்றத்தில் சுயமரியாதை இயக்கம் ஆற்றிய இந்நேரடி எதிர்வினை முக்கியமானதாகும்.

இதனைத் தொடர்ந்து நீடாமங்கல வன்நிகழ்வு தொடர்பாகச் சுயமரியாதை இயக்கத்தின் மீது வரப்போகும் வழக்கிற்கு நிதி திரட்ட வேண்டுமெனவும் இதன் தொடர்பில் காங்கிரசாரின் பொய்ப் பிரச்சாரத்தை முறியடிக்க ஒரு பிரச்சாரப் படையைத் திரட்ட வேண்டும் எனவும் குறிப்பிட்ட நாமக்கல் சுயமரியாதை சங்கத்தினரின் தீர்மானமும்[183] சென்னையில் 7–2–1938 அன்று சுயமரியாதை இயக்கம், ஆதிதிராவிடர் அமைப்புகள் ஆகியன இணைந்து ஒழுங்கு செய்வதாக இருந்த நீடாமங்கல வன்நிகழ்வு குறித்த கண்டனப் பொதுக்கூட்ட அறிவிப்பும்[184]* கருதத்தக்கன.

‘ஆச்சாரியார் ஆட்சியிலே’ என்ற தலைப்பில், காங்கிரஸ் ஆட்சியில் அனைத்துத் தரப்பினரும் அடைந்த அவலங்களை ஒரு வரித் துணுக்கு வடிவில் வரிசைப்படுத்தும் ‘விடுதலை’யின் ஒரு பெட்டிச் செய்தியிலும்கூட ‘ஆதிதிராவிடர் பெற்ற பரிசு தலைமொட்டை அடி (நீடாமங்கலம் கொடுமை)’ என்றவாறு இவ்வன் நிகழ்வு பதிவாகியிருந்தது என்பது நோக்கத்தக்கதாகும்.[185] இதனைக் ‘குடிஅரசு’ம் மறுவெளியீடு செய்திருந்தது.[186] அதே ‘குடிஅர’சில் கிடைக்கும் ஒரு செய்திப் பதிவில்[187] நீடாமங்கலம் வன்நிகழ்வை மறுக்கும் அமைச்சர் வி.ஐ. முனிசாமி பிள்ளைக்கு நாகலிங்கம் மே/பா, ‘விடுதலை’, ஈரோடு என்ற பெயரில் விடுக்கப்பட்டிருந்த அறைகூவலுக்கு[188] ஏன் இதுவரை பதிலில்லை? எனக் கேட்கப்பட்டிருந்தது.

இவற்றைத் தொடர்ந்து, ‘ஆத்திரப்பட்டு பயன் என்ன– ஆதிதிராவிட மக்களுக்கு இஸ்லாம் மார்க்கமல்லாமல் விமோசனமெங்கே?’ என்ற தலைப்பில் ‘குடிஅரசு’ எழுதிய ஒரு நெடிய தலையங்கம் மிக முக்கியமானது.[189] நடைபெற்ற வன்முறைக்கு எதிராக நிலவுகின்ற சமூக அரசியல் நிறுவனங்கள்

---

* வி.பி.எஸ். மணியர், சி. தங்கராஜ், வி.எ. முனிசாமி பிள்ளை, மீனாம்பாள் சிவராஜ, ஜி. முனிசாமி பிள்ளை, வி. தர்மலிங்கம் போன்ற தாழ்த்தப்பட்டோர் தலைவர்கள் கலந்துகொள்வார்கள் என அறிவிக்கப்பட்டிருந்த அப்பொதுக்கூட்டம் நடைபெற்றது குறித்துப் பதிவுகள் ஏதும் ‘விடுதலை’, ’குடிஅரசு ’ ஏடுகளில் காணக்கிடைக்கவில்லை.

உரிய வினைகளை ஆற்ற மறுத்துவந்த சூழ்நிலையில் இத்தலையங்கம் எழுதப்பட்டிருந்தது.

மலையாளத்தில் ஈழவ சமூக இளைஞர்கள் இந்து மதத்தை விட்டு விலகுவதாகச் செய்திருந்த தீர்மானத்தைக் குறிப்பிட்ட இத்தலையங்கம் அதே போன்ற ஒன்றை, தாழ்த்தப்பட்ட மக்களை முன்னிட்டு, அம்பேத்கரும் வெளியிட்டிருந்ததை வெகுவாகப் பாராட்டியது.[190]

சுயமரியாதை இயக்கம் போன்ற பார்ப்பனரல்லாதார் இயக்கங்களின் எழுச்சி, இசுலாமிய சமூக எழுச்சி ஆகியனவற்றை எதிர்கொள்ளும் கட்டாயத் தேவை பார்ப்பனருக்கும் உயர்சாதியினருக்கும் ஏற்பட்டது என இத்தலையங்கம் குறிப்பிட்டது. மேலும் தாழ்த்தப்பட்டோருக்கான ஆலய நுழைவு, பொதுச்சாலைகளில் நடத்தல், கல்வி வசதி போன்ற சில உரிமைகளை மேற்கண்ட தரப்பினர் ஆதரித்ததற்கும் இத்தேவையே காரணமாயிற்று எனவும் மதிப்பிட்டது. இந்த ஆதரவும்கூடச் சமூக சீர்திருத்த நடவடிக்கை என்பதாக அல்லாமல், "இந்துக்கள் என்பவர்கள் வேறு மதத்திற்குப் போகாமல் இருக்க வேண்டும் என்றும் எண்ணிக்கைப் பாதுகாப்புக்குமாக* செய்யப்பட்ட" அரசியல் நடவடிக்கை என்பதாகவே அத்தலையங்கம் மதிப்பிட்டது.[191] வைதீகர் மற்றும் உயர்சாதியினரின் இத்தகைய ஆதரவு வெறும் அரசியல் நடவடிக்கைதான் என்பதை விளக்கத் திருவாங்கூர் பகுதி நிகழ்வுகள் சிலவற்றை எடுத்து காட்டியது. அதாவது, 'தாழ்த்தப்பட்டோருக்கு ஆலய நுழைவு உரிமை அளிக்கப்பெற்ற சில திருவாங்கூர் கோயில்களை உயர்சாதியினர் புறக்கணித்து விட்டதையும், அதையும் மீறி அக்கோயில்களுக்குச் சென்றுவந்த சில உயர்சாதியினர் சுயசாதிப் புறக்கணிப்புக்கு உள்ளானதையும், மேலும் அத்தகையோர் தாழ்த்தப்பட்ட சாதியினர் நுழைய உரிமையற்ற வேறு பல கோயில்களில் நுழைய அனுமதிக்கப்படவில்லை' என்பதையும் அத்தலையங்கம் தன் கருத்துக்குச் சான்றாகக் காட்டியது.[192]

நீடாமங்கல வன்முறைக்கு ஆளான தாழ்த்தப்பட்ட தோழர்களில் சற்றொப்பப் பாதிக்கு மேல் கிறிஸ்தவர்களாக இருந்த நிலையில், அத்தகையோரின் முன்னோர்களைக் கிறிஸ்தவர்களாக ஆக்கிய ஆங்கிலப் பாதிரிமார்கள் இப்போது ஏன் அமைதி காக்கிறார்கள் எனக் குத்திக் கேட்டது அத்தலையங்கம்.[193] இந்தியாவின் சாதிய முரண்பாடுகளை குறித்த கிறிஸ்துவத்தின் அணுகுமுறையானது மதத்தை பரப்பும் நோக்கம் மட்டுமே கொண்டதா? கிறிஸ்தவம் இங்கு பரவிய முறையிலும் சமூக

* இந்து மதம் என்ற அரசியல் அடையாளத்திற்குள், சட்டவழியில் கொண்டுவரப் பட்டிருப்பவர்களின் எண்ணிக்கை கலைந்து போகாமல் இருக்கும் நிலை.

நோக்கை விட மதம் சார்ந்த அரசியல் நோக்கமே தூக்கலாக இருந்தது எனக் கொள்ளலாமா? என்றவாறான கேள்வி வடிவிலான உள்ளுறைப் பொருள்களைக் ‘குடிஅரசின்’ அத்தலையங்கத்தின் வழி உணரமுடிகின்றது.

தாழ்த்தப்பட்டோர் எதிர்கொள்ளும் சிக்கல்களைப் பொருத்த அளவில் இந்து வைதீக உயர்சாதியினர், கிறிஸ்தவப் பரப்புநர்கள் ஆகியோரின் அணுகுமுறைகளைப் பெரும்பாலும் அரசியல் நடவடிக்கைகளாகவே சுயமரியாதை இயக்கம் மதிப்பீடு செய்தது. எனவே அவற்றின் எதிர்மறை விளைவுகளை எதிர்கொள்ளும் தாழ்த்தப்பட்டோரின் நடவடிக்கைளும் ஓர் எதிர் அரசியலாகவே இருக்கவேண்டும் என அது கருதியது. இவ்வகையில் தாழ்த்தப்பட்டோர் மேற்கொள்ள வேண்டிய ஓர் எதிர் அரசியல் நடவடிக்கை என்ற அளவிலேயே அவர்களை இஸ்லாமுக்கு மாறுமாறு அது பரிந்துரைத்தது.

நீடாமங்கலம் வன்நிகழ்வின் தொடர்பிலும் சுயமரியாதை இயக்கத்தின் இக்கருத்தே எதிரொலித்தது.

> இந்த மொட்டை அடித்து துன்புறுத்தி சாணி அபிஷேகம் செய்யப்பட்ட ஆட்களில் ஒருவராவது முஸ்லீமாய் இருந்திருந்தால் இன்று நீடாமங்கலமோ, தஞ்சை ஜில்லாவோ, சட்டசபையோ, சர்கார் நிலையோ என்ன கதி ஆயிருக்கும் என்று ஒரு நிமிஷம் யோசித்துப் பார்க்கும்படி வேண்டுகிறோம்.
>
> ஆதிதிராவிடர்களை நாம் முஸ்லீம்களாக மாறிவிடும்படி இந்த இருபது வருஷகாலமாய் வெளிப்படையாய் சொல்லிவரும் காரணம் இதுவேயாகும். அவர்களது மோட்சத்தைப் பற்றியோ கடவுளது சன்மானத்தைப் பற்றியோ உண்மையில் நமக்குச் சிறிதும் கவலை இல்லை. அப்படி ஒன்று இருந்தால் அவரவர்கள் எண்ணங்கள் செய்கைகள் ஆகியனவைகளுக்குத் தகுந்தபடி அவரவர்கள் அடைந்து தீர்வார்கள். இல்லாவிட்டால் யாரும் அடைய மாட்டார்கள். ஆனால் ஆதிதிராவிடர்கள் மனிதத்தன்மை பெற, சுயமரியாதை அடைய இந்துக்களுடைய இம்மாதிரி கொடுமையிலிருந்தும், கிறிஸ்தவர்களுடைய இம்மாதிரியான கோழைத்தனமும் கவலையற்ற தன்மையும் கொண்ட சுயநலத்திலிருந்தும் தப்ப ஆதிதிராவிடர்களுக்கு இன்று ஒரு வழிதான் இருக்கிறது.

> அதாவது ஆதிதிராவிடர்கள் இந்துக்கள் என்பதிலிருந்தும், கிறிஸ்தவர்கள் என்பதிலிருந்தும் வெளிப்பட்டு முஸ்லீம்களாக மாறிவிடுவதுதான். உண்மையில் இந்த நீடாமங்கல அநீதிக்கு– அட்டூழியத்திற்கு சமாதானம் ஏற்படாத பட்சத்தில் மலையாளத்தைப் போலவே நமது நாட்டிலும் ஆதிதிராவிடர்களுக்கென்றே ஒரு பெரிய மதமாற்ற மாநாடு ஒன்று கூட்டி ஆயிரக்கணக்கான ஆதிதிராவிடர்கள் முஸ்லீம்களாக ஆக்கப்படுவதற்கு சீர்திருத்த – சமுதாய சமத்துவப் புரட்சிகர வாலிபர்கள் முயற்சி எடுத்துக்கொள்ள வேண்டியது மிகமிக அவசியமும் அவசரமுமான கடமையாகும்...

மேற்கண்ட ‘குடிஅர’சின் தலையங்க வரிகள் தாழ்த்தப்பட்டோர் மதம் மாறுவது குறித்த சுயமரியாதை இயக்கத்தின் பார்வையைத் தெளிவாக வெளிப்படுத்துகின்றன.[194] நீடாமங்கல வன்நிகழ்வு போன்ற உயர்சாதியினரின் கொடுமைகளிலிருந்து தப்பவும், சுயமரியாதையோடும் மானத்தோடும் வாழ்வதற்கான வழி என்ற அளவில் – வேறு வார்த்தைகளில் சொன்னால் நவீன அரசியல் கருத்தாக்கங்களினடியாக எழுந்த அடிப்படை உரிமைகள், மனித உரிமைகள் போன்றன காப்பாற்றப்படுவதற்கான ஒரு அரசியல் நடவடிக்கை என்ற அளவில் – சுயமரியாதை இயக்கம் வன்நிகழ்வுக்குள்ளான நீடாமங்கலம் தோழர்களுக்கு இசுலாமைப் பரிந்துரைத்தது.*

நீடாமங்கலம் தாழ்த்தப்பட்ட தோழர்களைப் பங்கேற்கவைத்த ஈரோடு, சேலம் கூட்டங்களைத் தொடர்ந்து, சுயமரியாதை இயக்கம் ஆற்றிய மற்றொரு எதிர்வினை நிகழ்வு 6–2–1938ஆம் நாளில் நடத்திய ஓமலூர் தாலுகா முதலாவது சுயமரியாதை மாநாடு ஆகும். கே.எம். பாலசுப்பிரமணியம் தலைமையில் நடந்த இம்மாநாட்டை முன்னாள் அமைச்சரும் அன்றைய சட்டமன்ற உறுப்பினருமான பி. கலிபுல்லா சாகிப் திறந்து வைத்தார். நீடாமங்கலம் வன்நிகழ்வுக்கு ஆளான தேவசகாயமும் ஆறுமுகமும் இம்மாநாட்டில் கலந்துகொண்டனர். தேவசகாயம் மேடையேறி நடந்த கொடுமைகள் குறித்துப் பொது மக்களிடையே விளக்கினார்.[195] மேலும் இம்மாநாட்டில் நீடாமங்கலம் கொடுமையைக் கண்டித்தும், அதனைத் திரித்து

* இவ்வன்நிகழ்வுகளை அடுத்து, தாக்குதலுக்கு உள்ளானவர்கள் அல்லது அவர் தம் உறவினர்கள் என யாரும் இசுலாமுக்கு மாறவில்லை என நீடாமங்கலக் களத்தகவல்கள் கூறுகின்றன. எனினும் இப்பிரச்சனையை நடுவாகக் கொண்டு சு.ம. இயக்கம் முன்னெடுத்த இம்மதமாற்ற பிரச்சாரமானது 1939இல் கொண்டுவரப்பட்ட கோயில் நுழைவு உரிமை குறித்த சட்டத்திற்கு ஒரு மறைமுகக் காரணமாக விளங்கியது எனலாம்.

மறைத்த காங்கிரஸ் பத்திரிகைகளையும் கனம் முனிசாமி பிள்ளையையும் வெகு அழுத்தமாகக் கண்டித்தும் தீர்மானங்கள் நிறைவேற்றப்பட்டன.[196] இது தவிரவும் இம்மாநாட்டில் பேசிய கே.எம். பாலசுப்பிரமணியம் நீடாமங்கலத்தில் தாழ்த்தப் பட்டவர்களுக்கு மொட்டையடித்தவர்களை ரோமாபுரி கொடுங்கோல் மன்னன் நீரோவுடன் ஒப்பிட்டுப் பேசினார்.[197]

தாழ்த்தப்பட்டோரை இழிவாக நடத்துவது என்பது காங்கிரசுக்குப் பழக்கமானதுதான் என்ற தன் கருத்தைச் சொல்ல வந்த பி. கலிபுல்லா சில நாட்களுக்கு முன்பாக அமைச்சர் வி.ஐ. முனிசாமி பிள்ளைக்குக் காங்கிரஸ்காரர்களால் ஏற்பட்ட ஒரு அனுபவத்தையும் எடுத்துக்காட்டினார். "சென்ற வாரம் தாழ்த்தப்பட்ட வகுப்பு மந்திரி கனம் முனிசாமி பிள்ளை திருச்சி ஜில்லாவுக்கு வந்தார். அங்கு ஓர் தாழ்த்தப்பட்டார் மாநாடு நடந்தது ... அது வெறும் பித்தாலாட்ட மாநாடு என்றுதான் சொல்ல வேண்டும். அந்த மாநாட்டுக்கு வந்த கனம் முனிசாமி பிள்ளை அவர் மந்திரியாக இருந்தும் தாழ்த்தப்பட்ட வகுப்பைச் சேர்ந்தவர் என்பதற்காக அவர் வரவேற்புக்கு மேளம் வாசிக்க ஆள் கிடைக்கவில்லை. கனம் முனிசாமி பிள்ளைக்கு சாப்பாடு போட இடமும் ஆளும் கிடைக்கவில்லை. ஒரு ஓட்டலில் போய் வாங்கிவந்து போட்டார்கள் ... தாழ்த்தப்பட்டோர் விஷயத்தில் எப்படியோ அப்படித்தான் காங்கிரஸ்காரர்கள் முஸ்லீம்களிடமும் நடந்துகொள்கிறார்கள்"[198] என்றவாறு வி.ஐ. முனிசாமி பிள்ளை அடைந்த அவமானத்தை பி. கலிபுல்லா குறிப்பிட்டார். இச்சம்பவம் நடந்த காலத்தில் காங்கிரஸ் அமைச்சர் வி. ஐ. முனிசாமி பிள்ளை நீடாமங்கல வன்நிகழ்வை மறுத்துப் பேசிவந்தார் என்பது மீளவும் இங்கே நினைவு கூரத்தக்கது.

ஈரோடு, சேலம், ஓமலூர் சுயமரியாதைக் கூட்டங்கள் தவிரத் தூத்துக்குடி, தஞ்சை, வல்லம், பெரம்பலூர் ஆகிய ஊர்களில் நடந்த சுயமரியாதைக் கூட்டங்களிலும் நீடாமங்கலம் தோழர்கள் கலந்துகொண்ட செய்தி தெரிய வருகின்றது.

13–2–1938 அன்று தூத்துக்குடியில் நடந்த ஈ.வெ.ரா. நாகம்மாள் வாசகசாலை ஆண்டு விழாவில் தேவசகாயம், ரெத்தினம், ஆறுமுகம் ஆகிய மூவரும் கலந்துகொண்டு மேடையில் ஏறித் தாங்கள் அடைந்த கொடுமைகளை மக்களிடம் விளக்கினார்கள். முன்னதாக இக்கூட்டத்திற்கு அவர்கள் மூவரையும் ஈரோட்டிலிருந்து பெரியார் ஈ.வெ.ரா. தன்னுடன் தனது வாகனத்தில் அழைத்து வந்திருந்தார்.[199] இக்கூட்டத்தில் பெரியார் ஈ.வெ.ரா. பேசும்போது "தாழ்த்தப்பட்ட மக்களுக்கு

கிடைத்த தனித் தொகுதி உரிமையை எப்படிப் பட்டினி வேஷம் போட்டு ஏமாற்றிப் பிடுங்கிக்கொண்டு இன்று அவர்களை மொட்டை அடித்து சாணி அபிஷேகம் செய்து மரியாதை செய்கிறார்களோ அது போல் முஸ்லிம்களின் வகுப்புவாரி உரிமையையும் ஒழிப்பதற்கு காங்கிரஸ், அதாவது தோழர் காந்தியார் மூலம் சகல ஹிந்து தலைவர்கள் என்பவர்களும் செய்யக்கூடாத தந்திரங்கள் சூழ்ச்சிகள் எல்லாம் செய்கிறார்கள் . . ." என்று குறிப்பிட்டார்.[200]

இப்பேச்சினூடாக, புனா ஒப்பந்தத்தின்வழித் தனித்தொகுதி உரிமையைத் தாழ்த்தப்பட்ட மக்கள் பறிகொடுத்ததன் விளைவுகளுள் ஒன்றுதான் அவர்கள் சந்தித்த நீடாமங்கல வன்முறை என்ற பெரியார் ஈ.வெ.ராவின் கருத்தை அறிய முடிகிறது. அவ்வாறே முஸ்லிம்களிடமும் காங்கிரஸ் நடந்துகொள்கிறது என்று செல்லவருவதன் மூலம் தாழ்த்தப்பட்டோருக்கும் இசுலாமியர்களுக்கும் நீடாமங்கல வன்நிகழ்வை மையமாகக் கொண்டு அரசியல் ஒற்றுமையை ஏற்படுத்த முயலும் அவரின் விழைவும் தென்படுகிறது.

இதனைத் தொடர்ந்து 19, 20 பிப்ரவரி 1938 ஆகிய இரு நாள்களிலும் தஞ்சை பள்ளியக்ரகாரத்தில் நடந்த தஞ்சை ஜில்லா ஆறாவது சுயமரியாதை மாநாடும் முக்கியமானதாகும். ஊ.பு.அ. செளந்திரபாண்டியன் தலைமையில் நடந்த இம்மகாநாட்டில் பெரியார் ஈ.வெ.ராவுடன் நீடாமங்கல தோழர்கள் ஆறுமுகம், தேவசகாயத்தின் தந்தை* மற்றும் தேவசகாயத்தின் மாமனார், எல்லப்பன், எஸ். சரவணசாமி முதலியவர்களும் கலந்துகொண்டனர்.

19–2–1938 அன்று நடந்த சு.ம. பொதுக்கூட்டத்திலும் மேடையில் ஏறித் தங்களுக்கு நிகழ்ந்த கொடுமைகள் குறித்து மக்களிடையே இவர்கள் விளக்கினார்கள்.[201] இம்மகாநாட்டில் நீடாமங்கல வன்நிகழ்வுக்கு உரிய வகையில் எதிர்வினையாற்றாத தாழ்த்தப்பட்ட சமூகத்தைச் சார்ந்த சட்டமன்ற உறுப்பினர்களைக் கடுமையாக விமர்சித்த ஊ.பு.அ. செளந்தரபாண்டியன், "முதுகெலும்பு இல்லாத ஆதி திராவிட பிரதிநிதிகள் 29 பேர். . . அசெம்பிளியில் வீற்றிருக்கிறார்கள். அவர்களது சமூகத்துக்கு நன்மை செய்ய விருப்பமிருந்தாலும் கட்சிக் கட்டுப்பாட்டினால் அவர்கள் பேச்சுரிமையில்லாத ஊமைகளாய் இருந்து வருகிறார்கள்.

---

* முக்கட்டை வேளாங்கண்ணி என்ற இவர் 'ஒரு புட்டி மதுவுக்காக டி.கெ.பி.எஸ். உடையார் தரப்பினரோடு சேர்ந்துள்ளார்' எனத் தனது மனைவியாலேயே (தேவசகாயத்தின் தாயார்) குற்றம் சாட்டப்பட்டவர் (குடிஅரசு, 30–1–1938, ப. 18). ஆயின், அதன் பின்னர் தேவசகாயத்தின் பக்கம் சேர்ந்துகொண்டார் என இதன்வழி அறிய முடிகின்றது.

எங்கள் தொகுதி பிரதிநிதி* 'விடுதலை' சொல்வதே சரி, 'தினமணி' சொல்வது புளுகு எனச் சொல்வதாக வதந்தி. தற்காலம் அவர்கள் காங்கிரஸ் வலையில் சிக்கியிருந்தாலும் கடைசியில் நம்மிடந்தான் வந்து சேருவார்கள்"[202] என்று குறிப்பிட்டிருந்தார்.

'காங்கிரஸ்' அடையாளத்திற்குள் சென்ற தாழ்த்தப்பட்டவர்களால் தமது சுயமரியாதையைக் காத்துக்கொள்ள இயலாது. ஏனெனில், 'காங்கிரஸ்' மற்றும் மனித 'சுயமரியாதை' என்ற இரு அடையாளங்களும் ஒன்றுக்கொன்று எதிரானவை என்ற கருத்து, நீடாமங்கலம் குறித்த ஊ.பு.அ. சௌந்திரபாண்டியன் பேச்சிலிருந்து பெறப்படுகிறது.

இம்மகாநாட்டில், நீடாமங்கலக் கொடுமைக்கு கண்டனம் தெரிவித்தும், நீடாமங்கல வழக்கிற்கு நிதி வேண்டியும், பூனா ஒப்பந்தத்தை ரத்து செய்து மீண்டும் தனித் தொகுதியையே தாழ்த்தப்பட்டோருக்கு அளிக்கும்படி வலியுறுத்தியும் தீர்மானங்கள் நிறைவேற்றப்பட்டன.[203]

ஈரோடு, சேலம், ஓமலூர், தூத்துக்குடி, தஞ்சை வரிசையில் வல்லத்தில் நடந்த சு.ம. பொதுக்கூட்டத்திலும் நீடாமங்கலம் தோழர்கள் கலந்துகொண்டனர். 21–2–1938 அன்று வல்லத்தில் நடந்த சு.ம. பொதுக்கூட்டத்தில் நீடாமங்கலம் ஆறுமுகம் கலந்துகொண்டு தாங்கள் அடைந்த கொடுமையை மக்களிடம் விவரித்தார். காதர்சா சாகிபு தலைமையேற்ற இக்கூட்டத்தில் பெரியார் ஈ.வெ.ராவும் சி.என். அண்ணாத்துரையும் கலந்து கொண்டனர். கூட்டம் முடிந்த பிறகு வல்லம் முஸ்லீம் லீக் தலைவர் கே.ஏ. ஹைதர்சா சாகிப் வீட்டில் ஒரு சமபந்தி விருந்து நடந்தது என்பதும், அதில் நீடாமங்கல சமபந்தியில் கொடுமைக்கு ஆளான தோழர் ஆறுமுகமும் கலந்துகொண்டார் என்பதும் இங்கு குறிப்பிடத்தக்கது.[204]

வல்லத்தைத் தொடர்ந்து நீடாமங்கலத் தோழர்கள் கலந்துகொண்ட மிக முக்கியமான நிகழ்வு பெரம்பலூர் தாலுகா முதலாவது தாழ்த்தப்பட்டோர் மநாநாடு ஆகும். 6.3.1938 அன்று பெரம்பலூரில் நடந்த இம்மாநாடு சு.ம. இயக்கத்தினரால் நடத்தப்பெற்றது. சி.என். அண்ணாத்துரை தலைமை வகித்த இம்மகாநாட்டில், திருச்சி சிவபிச்சை வரவேற்புரை ஆற்றினார். பெரியார் ஈ.வெ.ரா. சிறப்புரையாற்றிய இம்மாநாட்டிற்கு சுமார் 8,000 பேர் கூடினார்கள்.[205] இம்மாபெரும் கூட்டத்தின் முன் நீடாமங்கல வன்நிகழ்விற்கு ஆளான தோழர் தேவசகாயம் நடந்த கொடுமைகளை விளக்கினார்.[206] இம்மாநாட்டில் பெரியார்

* பழனி – நிலக்கோட்டைத் தொகுதியின் சட்டமன்ற உறுப்பினரான காங்கிரஸ் கட்சியைச் சேர்ந்த எஸ்.சி. பாலகிருஷ்ணன்.

ஈ.வெ.ரா. பேசியதைப் 'பார்ப்பன பாம்புக்கு தேசியப்பால்' என்று தலைப்பிட்டுக் 'குடிஅரசு' வெளியிட்டிருந்தது.[207] தனது உரையில், நீடாமங்கல வன்நிகழ்வு பற்றிப் பின்வருமாறு பெரியார் ஈ.வெ.ரா. குறிப்பிட்டார்.

> 'நீடாமங்கல விஷயம் எங்களை ஜெயிலுக்கு அனுப்பும் போலிருக்கிறது. 1000, 2000 ரூ செலவாகும் போல் இருக்கிறது. இக்கொடுமையை எத்தனை நாளைக்குச் சகிப்பது. ஆகவே தோழர்களே உங்களுக்கு இழிவு போகவேண்டுமானால், நீங்கள் மனிதர்களாக மதிக்கப்பட வேண்டுமானால், உங்களை மேல் ஜாதிக்காரர்கள் நாயிலும் மலத்திலும் கேடாக மதிக்கப்படாமல் இருக்க வேண்டுமானால் நீங்கள் ஒரே கூட்டமாய் துருக்கிக் குல்லா தலையில் அணியுங்கள். உங்களைக் கண்டால் மேல் ஜாதியார் நடுங்குவார்கள். அரசியல், சமூகஇயல், பொருளியல் ஆகியவற்றில் உங்களுக்கு சமபங்கு கிடைக்கும் . . .
>
> . . . காந்தியார் உங்கள் உரிமைகளைக் கைப்பற்றி ஏழைகளாகிய உங்களுக்கு 2 தேர்தல்கள்* வைத்து உங்களைத் தலையெடுக்கவிடாமல் செய்த கொடுமைக்கும் சூழ்ச்சிக்கும் நீங்கள் அவருக்கு செய்ய வேண்டிய பதில் நீங்கள் துருக்கிக் குல்லாய் போட்டுக்கொண்டு அவர் எதிரில் நிற்பதேயாகும். நீடாமங்கல தொல்லை என்பதற்கும் இதுவே தக்க பதிலாகும். ஆகவே தோழர்களே உங்களுக்கு தைரியமும் புத்தியும் இருந்தால் உங்கள் கொடுமையும் இழிவும் நீங்க வழி இல்லாமல் இல்லை. நான் காட்ட வேண்டும் என்ற அவசியமும் இல்லை. உங்கள் அகில இந்தியத் தலைவர் அம்பேத்காரும், ஈழவத் தலைவர் அய்யப்பன், கமால் பாஷா, தையல்† ஆகியவர்களும் காட்டிய வழியைப் பின்பற்றினாலே போதும் என்று சொல்கிறேன் . . .[208]

'இசுலாம்' என்பதை ஓர் அரசியல் அடையாளம் என்றவாறு தாழ்த்தப்பட்ட மக்கள் ஏற்றுக்கொள்ள வேண்டும் என்பதும், அது பூனா ஒப்பந்தம் மற்றும் நீடாமங்கலம் வன்நிகழ்வு என்கிற ஒன்றுக்கொன்று மறைமுகத் தொடர்புடைய இருவேறு வகைகளிலான வன்முறைகளை, தாழ்த்தப்பட்ட மக்கள்

---

* பூனா ஒப்பந்தப்படி தாழ்த்தப்பட்டோர் தொகுதிகளுக்கான பொதுத் தேர்தலுக்கு முன்னர் ஆரம்பத் தேர்தல் ஒன்றும் உண்டு.

† ஈழவத் தலைவர்களில் ஒருவர்

எதிர்கொள்ள உதவும் என்கிற கருத்தும் பெரியார் ஈ.வெ.ராவின் இப்பேச்சிலிருந்து பெறப்படுகின்றன.

இம்மாநாட்டில் பூனா ஒப்பந்தத்தைக் கண்டித்தும், தனித்தொகுதியை வேண்டியும், நீடாமங்கல வன்நிகழ்வுகளைக் கண்டித்தும், தவிரவும் அமைச்சர் வி.ஐ. முனிசாமி பிள்ளை, மேயர் ஜெ. சிவஷண்முகம் பிள்ளை ஆகியோர் நீடாமங்கல வன்நிகழ்வுக்குப் பரிகாரம் தேடும் நடவடிக்கைகளில் ஈடுபட வேண்டியும் தீர்மானங்கள் நிறைவேற்றப்பட்டன.[209] பெரம்பலூர் மாநாட்டின் பின்னர் நீடாமங்கலம் தோழர்கள் கலந்துகொண்ட கூட்டங்கள் குறித்த பதிவுகள் 'குடிஅரசு', 'விடுதலை' இதழ்களில் காணக் கிடைக்கவில்லை.

சமபந்தியில் அமர்ந்து உண்டதற்காகத் தாழ்த்தப்பட்டவர்கள் தாக்கப்பட்டது நீடாமங்கலத்தில். அவ்வூரிலேயே சாதி மத பேதமற்று அனைவரும் உடனிருந்து உண்ணத்தக்கதான ஒரு உணவு விடுதி, 'சமவுரிமை ஓட்டல்'* என்ற பெயரில் தொடங்கப்பட்டிருந்த செய்தியையும் இங்கே குறிப்பிடலாம்.[210]

~~

---

* இவ்வுணவு விடுதியைத் தொடங்கியவர் சு.ம. இயக்கத்தவரான 'வடைத்தட்டு' ராதாகிருஷ்ணன் ஆவார். உணவு விடுதிகளில் நிலவிவந்த சாதி, தீண்டாமைப் பாகுபாடுகளுக்கு எதிர்வினையாகவே இத்தகைய உணவகங்கள் பல அவ்வூரில் தோன்றின. அந்நாளில் நீடாமங்கலத்தில் இருந்த இரு உணவகங்களையும் பார்ப்பனர்களே நடத்தினர். அவற்றில் தாழ்த்தப்பட்டோர், பார்ப்பனரல்லாதார் உள்ளே அனுமதிக்கப்படவில்லை. அவர்கள் தண்ணீரோ, தேநீரோ அருந்த விரும்பினால் சுவரிலுள்ள ஒரு துளையில் செருகப்பட்டிருக்கும் மூங்கில் குழாய் வழி ஊற்றுவார்கள், அவற்றை வெளியே நிற்பவர்கள் தங்களது பாத்திரத்தில் பிடித்துக்கொள்ள வேண்டும். உணவு வகைகள் பொட்டலமாகத் தூக்கி எறியப்படும். உரிய காசை அவர்கள் நின்ற இடத்திலேயே வைத்துவிட வேண்டும். பின்னர் அக்காசின்மீது தண்ணீர் தெளித்து 'தீட்டைப் போக்கிய' பின்னர்தான் அதனைக் கையில் எடுப்பார்கள். இக்கொடுமைகளுக்கு எதிராகவே 'சமவுரிமை ஹோட்டல்' தொடங்கப்பட்டது. அதன் பின்னர் அவ்வூரில் வெவ்வேறு காலகட்டங்களில் இதையொத்த உணவகங்கள் தோன்றின. எடுத்துக்காட்டாக ஆர். விசுவநாதன் நடத்திய 'பெரியார் உணவு விடுதி', கடம்பூர் சிதம்பரத்தின் 'திராவிடர் உணவு விடுதி' ஆகியவைற்றைக் குறிப்பிடலாம் (தகவல். ஆ. சுப்பிரமணியன், நீடாமங்கலம்).

அவதூறு வழக்கு

நீடாமங்கல வன்நிகழ்வு தொடர்பான வழக்கைப் பொறுத்த அளவில் டி.கெ.பி.எஸ். உடையாரின் வழக்கறிஞர் கொடுத்திருந்த வக்கீல் நோட்டீசைத் தொடர்ந்து 12–2–1938 அன்று திருத்துறைப்பூண்டி மாவட்ட துணை ஆட்சியர் முகாமில் 'விடுதலை' வெளியீட்டாளர் ஈ.வெ. கிருஷ்ணசாமி, 'விடுதலை' ஆசிரியர் எஸ். முத்துசாமி பிள்ளை ஆகியோர் மீது மானநஷ்டவழக்கு பதிவு செய்யப்பட்டது.[211] வழக்கில் முதல் எதிரியாக ஈ.வெ. கிருஷ்ணசாமியும் இரண்டாவது எதிரியாக எஸ். முத்துசாமி பிள்ளையும் சேர்க்கப்பட்டிருந்தனர்.[212]

வழக்கு தொடரப்பட்டுவிட்ட காரணத்தால் நீடாமங்கலம் தொடர்பான கண்டனங்கள் மற்றும் கடிதங்களை 'விடுதலை'யில் வெளியிடும் தேவை நின்றுவிட்டது எனவும், ஆகையால் அவற்றை அனுப்ப விரும்புவோர் மந்திரிகளுக்கும் கவர்னருக்கும் அனுப்பிவிட்டுத் தகவலை மட்டும் தனக்குத் தெரிவிக்குமாறு 'விடுதலை' அறிவித்தது.[213]

இவ்வழக்கு 20–3–1938 ஞாயிறு காலை 11 மணிக்குத் தஞ்சாவூர் சப்–டிவிஷனல் மாஜிஸ்திரேட் கருணாகர மேனன் முன்னிலையில் விசாரணைக்கு எடுத்துக்கொள்ளப்பட்டது.[214] இவ்வழக்கினைப் பதிவு செய்த டி.கெ.பி.எஸ். உடையாரின் தரப்பில் கே. பாஷ்யம், கே.டி. பாலசுப்பிரமணிய அய்யர், டி.ஆர். சீனிவாசன் முதலான வழக்கறிஞர்கள் வாதிட்டனர்.[215] ஈ.வெ. கிருஷ்ணசாமி, எஸ். முத்துசாமி

பிள்ளை ஆகிய எதிர்தரப்பினருக்கு ஆதரவாக ஏ.டி. பன்னீர் செல்வம், த.வே. உமாமகேசுவரம் பிள்ளை, டி.ஆர். மருதமுத்து மூப்பனார், என்.சுயம்பிரகாசம்,[216] கே.எஸ்.ராமசாமி செட்டியார்,[217] எம்.வெங்கடாசலம் பிள்ளை, வி.அழகர்சாமி நாயுடு, டி.ராதா கிருஷ்ணன், டி. தானியல் ராசப்பா போன்ற வழக்கறிஞர்கள் வழக்காடினார்கள்.[218] வழக்கு விசாரணையானது தஞ்சை வல்லம் முகாமில் 5, 6, 7, 8 ஏப்ரல் 1938 ஆகிய நாட்களில் தொடர்ந்து நடைபெற்றது.[219]

இவ்வழக்கில் சு.ம. இயக்கத்துடன் நெருங்கிய தொடர்பு உடையவராகவும், அந்நாளில் மாகாண சட்டமன்றத்தில் கிறிஸ்தவர்களின் பிரதிநிதியாகவும், சட்டமன்ற எதிர்கட்சியான நீதிக் கட்சியின் துணைத் தலைவராகவும் விளங்கிய ஏ.டி. பன்னீர் செல்வமும் வழக்காடியது குறிப்பிடத்தக்கதாகும்.[220] அன்றைய தஞ்சை மாவட்டத்தின் பெருநிலவுடைமையாளர்களுள் ஒருவரான இவர் மதத்தால் கிறிஸ்தவராயினும் உடையார் சாதியில் பிறந்தவர். அதே உடையார் சாதியைச் சேர்ந்த, நீடாமங்கல வன்நிகழ்வின் மூலகாரணமாக விளங்கிய டி.கெ.பி.எஸ். உடையாருக்கு எதிராகவே இவர் வழக்காடினார். ஆயின், நீடாமங்கல வன்நிகழ்வை 'விடுதலை' வெளிப்படுத்திய காலந்தொட்டு அது தொடர்பான வழக்கு பதிவாகும் காலம்வரை ஏ.டி. பன்னீர்செல்வம், அதன் தொடர்பில் எதிர்வினையாற்றியதற்கான பதிவுகள் எதனையும் காணமுடியவில்லை. இந்நிலையில், "இந்த அடிபட்டு மொட்டையடிக்கப்பட்ட ஆதிதிராவிட தோழர்கள் 20 பேர்களில் பகுதிக்கு கிறிஸ்தவர்களாயிற்றே . . . இந்தியாவில் இப்படிப்பட்ட கிறிஸ்தவர்களின் மொத்த எண்ணிக்கையை காட்டி உத்தியோகப் பங்கு பெற்ற கிறிஸ்தவ சமூகப்பிரமுகர்கள் என்ன செய்கிறார்கள் என்று கேட்கிறோம்" என்ற 'குடிஅரசு' தலையங்கத்தின்[221] சுட்டிக்காட்டுதலுக்குப்பின்புதான் 'மொட்டை அடித்த கேசுக்கு ஆஜராக சர் ஏ.டி.பி. தயார்' என்ற செய்தி 'குடிஅர'சில்[222] வெளிவந்தது என்பதும் இங்கு நினைவுகூர வேண்டிய ஒன்றாகும்.

சு.ம. இயக்கத்தைப் பொறுத்தவரை அது வழக்கை எதிர்கொள்ளத் தயாராக இருந்தது. உடையார் தரப்பில், 'விடுதலை'யை நோக்கி வக்கீல் நோட்டீஸ் விடப்பட்டபோதே, வழக்கு நிதியின் தேவை குறித்து சு.ம. இயக்கம் பேசத் தொடங்கி யிருந்தது.[223] சு.ம. மாநாடுகளில் வழக்கு பற்றியும், அதற்கான நிதிதிரட்டல் குறித்தும் தீர்மானங்களும் நிறைவேற்றப் பட்டிருந்தன. இவ்வகையில், நாமக்கல் சு.ம. சங்கத்தின் தீர்மானத்தைச் சான்று காட்டலாம்.[224] இந்நிலையில், இவ்வழக்கின் தொடர்பில் எழுதப்பட்டிருந்த 'குடிஅர'சின் ஓர் தலையங்கம்

முக்கியமானதாகும்.[225] "இதற்குப் பரிகாரம் என்ன?" என்ற தலைப்பில் எழுதப்பட்டிருந்த இத்தலையங்கம் பின்வருமாறு அமைந்தது.

> ...நீடாமங்கல நிகழ்ச்சி இன்று சிவில் கிரிமினல் கோர்ட்களில் கைகட்ட நின்று பதில் சொல்ல வேண்டிய நிலையைக் கொண்டுவந்துவிட்டது... கேசு முடிவு எப்படி ஏற்படுவதானாலும் குறைந்தது 2000க்கு குறையாமல் 3000 வரை செலவு செல்லும் என்பதாக எதிர்பார்க்க வேண்டியிருக்கிறது. கேசு சுயராஜ்யத்தைப் பற்றியதாக இருந்தால் கோர்ட்டுக்கு ஆஜராவதற்குகூட வாரண்டு வந்து சர்க்கார் செலவில் பிடித்துக்கொண்டு போகட்டும் என்று சுலபத்தில் தேசிய வீரர் பட்டம் பெற்றுவிடலாம். ஆனால் நீடாமங்கல விஷயம் சுயமரியாதையைப் பொறுத்த விஷயமாக ஏற்பட்டுவிட்டது. பொது மக்களுக்கு உண்மை விளங்கும்வரை போராடித் தீர வேண்டிய விஷயமாக ஏற்பட்டு விட்டது. இவ்விவகாரத்தில் எதுவரை சென்று எங்கு போய் முடிவையோ, திருப்தியையோ, சலிப்பையோ அடையப்போகிறோம் என்பதும் தெரியவில்லை. எப்படி இருந்தாலும் முடிவுவரை போராடித் தீர வேண்டிய நிலையில் இருக்கிறோம். இதற்காக சமீபத்தில் ஒரு கமிட்டி ஏற்படுத்தவும், தொகை வசூலிக்கவும் தக்க முயற்சி சில தோழர்களால் நடந்துவருவது அறிந்து ஒரு அளவுக்கு மகிழ்ச்சி அடைவதோடு அத்தோழர்களுக்கு நமது நன்றி யறிதலையும் தெரிவித்துக்கொள்கிறோம்...[226]

என்ன ஆயினும் இவ்வழக்கினூடாக நீடாமங்கலம் சிக்கலின் வாதியல் முடிவை எட்டுவது என்ற சுயமரியாதை இயக்கத்தின் எண்ணம், இந்நிலையைச் சட்ட வழியில் அடைவதற்காக ஆகும் செலவுகள் பற்றிய அதன் கணிப்பு, அதன் பொருட்டு நடைபெற்ற நிதி திரட்டும் முயற்சிகள் ஆகியனவற்றை இத்தலையங்கம் வெளிப்படுத்துகிறது. அத்துடன் இந்தியா போன்ற சாதியச் சமூகச் சூழமைவுக்குள் நின்றுகொண்டு அரசியல் 'விடுதலை'க்காகப் போராடுவதைவிடச் சமூக 'விடுதலை'க்காகப் போராடுவதுதான் கடினமானது, அங்கீகாரமற்றது என்கிற, தான் பெற்ற அனுபவங்களின் சாரத்தை இவ்வன்நிகழ்வினை மையமிட்ட வினை—எதிர்வினைகளின் ஊடாகச் சுயமரியாதை இயக்கம் வெளிப்படுத்துவதாகவும் இத்தலையங்கம் அமைந்திருந்தது.

இதனைத் தொடர்ந்து வழக்கிற்குத் தேவையான நிதி குறித்து 6-3-1938இல் நடந்த பெரம்பலூர் ஆதிதிராவிடர் மாநாட்டிலும் பெரியார் ஈ.வெ.ரா குறிப்பிட்டார். தாழ்த்தப்பட்ட மக்களும் இத்தகைய உதவிகளைச் செய்ய வேண்டும் என வேண்டி 'விடுதலை'யில் எழுதப்பட்ட ஆர்.சுப்பிரமணியத்தின் கட்டுரையும் இதன் தொடர்பில் இங்கு மீளவும் நினைவுகூரத்தக்கது.[227]

தமிழ்நாட்டில்* மட்டுமின்றி வெளிநாடுகளில் வாழும் தமிழர்களிடையேயும் இவ்வழக்கிற்கான நிதி திரட்டப்பட்டது என்பது குறிப்பிடத்தக்கது. அவ்வாறு வெளிநாட்டில் திரட்டப்பட்ட நிதி விவரங்கள் 'குடி அர'சில் வெளியிடப்பட்டன. 'நீடாமங்கல வழக்கு கொழும்புவாசிகள் பொருளுதவி' என்று தலைப்பிட்டு ஒரு நிதிப் பட்டியல் 'குடிஅர'சில் வெளியானது.[228] இதுதவிர, 'நீடாமங்கல வழக்கு – செந்தூல்வாசிகள் பொருளுதவி' என்று தலைப்பிட்டுக் கோலாலம்பூர்வாழ் தமிழர்கள் அளித்த நிதியின் ஒரு பட்டியலும் 'குடிஅர'சில் வெளியானது.[229] இவ்வழக்கு செலவுக்காகக் கொழும்பு, செந்தூல் வாழ் தமிழர்கள் அளித்த நன்கொடைகள் முறையே ரூபாய் 63.65 பைசா எனவும் ரூபாய் 65 எனவும் 'குடிஅரசி'ல் பதிவாகியுள்ளன.

நிதி அளித்தவர்களின் பெயர், அவர்களின் சொந்த ஊர், நிதியின் அளவு ஆகியன இப்பட்டியலில் பதிவாகியிருந்தன. நன்கொடையாளர்களில் பொரும்பாலோர் (பழைய) திருநெல்வேலி, (பழைய) இராமநாதபுரம், புதுக்கோட்டை ஆகிய மாவட்டங்களைச் சேர்ந்தவர்களே என்பதை ஊர்ப் பெயர்களின்வழி அறிய முடிகின்றது. நன்கொடையாளர்களுள் பெரும்பாலோர் தாழ்த்தப்பட்டவர்களாகவே இருந்திருக்க வேண்டும் என்பதை அவர்கள் ஒவ்வொருவராலும் அளிக்க முடிந்திருந்த குறைந்த அளவேயான நிதியையும், அவர்களின் ஊர்ப் பெயர்களையும் கொண்டு குறிப்பாக உய்த்துணர முடிகிறது. எனினும் சுயமரியாதை இயக்கத் தொண்டர்களும் வேறு சாதியினரும்கூட நிதி அளித்தற்கான சான்றுகளும் இதனுடனே பதிவாகியுள்ளமையை நிதிப்பட்டியல்களின் வழி அறிய முடிகின்றது.

நீடாமங்கல வழக்கு பற்றிய செய்திகளை அவ்வப்போது 'குடிஅரசு', 'விடுதலை' ஏடுகள் வெளியிட்டு வந்தன. இவ்வழக்கில் டி.கெ.பி.எஸ். உடையார் அளித்த சாட்சியத்தை 'விடுதலை' தொடர்ந்து வெளியிட்டு வந்தது.[230]

---

* இவ்வழக்கு தொடர்பாகத் தமிழ்நாட்டில் நிதி திரட்டப்பட்டது குறித்த பதிவுகள் 'குடி அரசு', 'விடுதலை' இதழ்களில் காணக்கிடைக்கவில்லை.

தஞ்சை சப்டிவிஷனல் மாஜிஸ்டிரேட் நீதிமன்றத்தில் நடந்த இவ்வழக்கு நடவடிக்கைகளின்போது சில வேளைகளில் பெரியார் ஈ.வெ.ராவும் இருந்துள்ளார்[231] என்பதையும் இவ்வழக்கு விசாரணை நடந்த எல்லா நாட்களிலும் பொதுமக்களும் உள்ளூர் வெளியூர் சுயமரியாதை இயக்கத் தொண்டர்களும் நீதிமன்றத்திற்கு வந்திருந்தனர் என்பதையும் பதிவுகளின் வழி அறிய முடிகிறது.[232]

தீர்ப்பும் சு.ம. இயக்கத்தின் எதிர்வினையும்

வழக்கு விசாரணை முடிவுற்று 3–5–1938 அன்று 'விடுதலை' மீது குற்றப்பத்திரிகை வாசிக்கப்பட்டது.[233] ஒன்றரை மாதம் கழித்து அதன் மீதான மறுவிசாரணையும் முடிந்து 15–6–1938 அன்று தீர்ப்பு வழங்கப்பட்டது.[234] "'விடுதலை' மீது அவதூறு வழக்கு மாஜிஸ்திரேட் தீர்ப்பு விபரம்" என்று தலைப்பிட்டு அத்தீர்ப்புச் செய்தி 'குடிஅர'சிலும் வெளியிடப்பட்டிருந்தது.[235] "... நீடாமங்கல நிகழ்ச்சியை காங்கிரஸ்காரர்கள் பொய்யாக்கிவிடலாம் ..." என்று 'குடிஅர'சின் தலையங்கம் ஒன்று கணித்திருந்ததற்கு இணங்கவே இத்தீர்ப்பும் அமைந்திருந்தது.[236] நீடாமங்கலம் வன்முறை குறித்து, 'விடுதலை' வெளியிட்ட "கட்டுரையில் கண்ட விஷயங்கள் உண்மையென நம்பிச் செய்ததால் தங்கள் குற்றத்திற்கு விலக்குண்டென எதிரிகள் தரப்பில் விவாதிக்கப்பட்டதென்றும், கட்டுரையில் கண்ட விஷயங்கள் உண்மையல்ல என்று நிரூபிக்கப்பட்டுவிட்டதென்றும், அவற்றை உண்மை என்று நம்ப எதிரிகளுக்கு... தகுந்த காரணமில்லை என்று சாட்சியத்தினின்றும் தெரிகின்றது" என்று மாஜிஸ்திரேட் சி. கருணாகர மேனன் தன் தீர்ப்பில் குறிப்பிட்டிருந்தார்.[237]

எதிரிகளான 'விடுதலை' வெளியீட்டாளர், ஆசிரியர் ஆகியோர் குற்றஞ்செய்திருப்பதாக முடிவு செய்து அவர்களுக்குத் தலா ரூ. 200 அபராதம் விதிப்பதாகவும், தவறினால் நாலு மாத வெறுங்காவல் தண்டனை அனுபவிக்க வேண்டும் என்றும் மாஜிஸ்திரேட் உத்திரவிட்டார்.[238]

'குடிஅரசு' பதிவின்படி தீர்ப்பின் ஓர் இடத்தில் இடம்பெறும் வன்நிகழ்வுக்குள்ளான "...தெய்வசகாயம்* என்ற ஹரிஜனுக்கு நீடாமங்கலத்தில் சிலரைத் தெரியும் என்பது வியந்தமாகத் தெரிகிறது. இவ்விஷயங்கள் சரியானால் ஏன் தெய்வசகாயம் அவருடைய நண்பர்களின் உதவியை நாடி போலீஸ் பாதுகாப்பை பெற்றிருக்கக் கூடாது" என்ற வரிகளும்,[239] 'விடுதலை'யின் "கட்டுரையிடையே பிராஸிகூஷன் தரப்பு முதல் சாட்சியின்

* தேவசகாயம்

பெயர்* கொண்டுவரப்பட்டிருக்கிறது... இதனால் சாதாரண ஜனங்களுக்கும் முதல் சாட்சியிடம் குறைவான அபிப்பிராயம் கொள்ளும்படி நேருமென்றும், பிராஸிகூஷன் முதல் சாட்சி அவர் கிராமத்திலும் பக்கத்து கிராமங்களிலும் செல்வாக்குடையவர்... இக்கட்டுரையினால் அவருடைய புகழுக்கு கெடுதியை இதனால் விளைவிக்கும்... ஹரிஜன முன்னேற்ற விஷயத்தில் ஈடுபட்டிருக்கும் காங்கிரஸ்காரரானதால் அவருடைய புகழுக்கு ஹானியே ஏற்படும்"[240] என்ற வரிகளும் இத்தீர்ப்பு குறித்த சில மதிப்பீடுகளை நம்மிடையே ஏற்படுத்துகின்றன. அவை முறையே ஒட்டுமொத்தச் சமூகத்திலும் நிலவும் சாதிய ஆதிக்கம் குறித்த நீதிபதியின் அறியாமையும், இந்த வழக்கைப் பொறுத்தவரை – டி.கெ.பி.எஸ் உடையாரின் வாக்குமூலத்தில் தாழ்த்தப்பட்டோர் உரிமை மற்றும் நலன் குறித்த அவரின் குறை மதிப்பீடு† வெளிப்பட்டிருந்த நிலையிலும் – அவருக்கு ஏற்பட்டிருந்த சிந்தனைச் சாய்வுமே ஆகும்.

தீர்ப்பு வெளிவந்த அதே 'குடிஅரசு' இதழில் அது பற்றிய சு.ம. இயக்கத்தின் கருத்து தலையங்கமாக வெளியிடப்பட்டிருந்தது. 'நீடாமங்கலத்திற்கு "நீதி"' என்றவாறு பதிவு செய்யப்பட்டிருந்த அதன் தலைப்பே தீர்ப்பினைக் கேள்விக்குட்படுதுவதாக அமைந்திருந்தது.[241] வழக்கின் அடிப்படையையும் கொடுக்கப்பட்ட தண்டனையையும் விவரிப்பதில் தொடங்கும் இத்தலையங்கம், இத்தீர்ப்புக்கு பின்னின்ற அரசியலை விளக்கும்முகமாக,

> ... வழக்கின் முடிவு இப்படித்தான் முடியலாம் என்று ஏற்கனவே பலரால் எதிர்பார்க்கப்பட்டதென்றே சொல்லலாம். ஏனெனில் காங்கிரஸ் தலைவர்களால் நடத்தப்பட்ட நடவடிக்கைகள் எதுவாய் இருந்தாலும் அதைக் குற்றமானதென்று காங்கிரஸ் ராஜ்யத்தில் ஒரு வேலை காயமில்லாத நீதிபதியிடம் இருந்து நீதி பெற்றுவிடலாம் என்று யாரும் கருதமாட்டார்கள்.

---

* டி.கெ.பி. சந்தான ராமசாமி உடையார்

† "என்னுடைய ஹரிஜன வேலையாட்கள் என் வீட்டுக்குள் நுழைவதில்லை. அவர்கள் என் துணிகளைத் துவைப்பதில்லை, என் வீட்டுக்குத் தண்ணீர் எடுப்பதுமில்லை ... எந்த ஆதிதிராவிடர் கூட்டத்தைப் பற்றியும் எனக்குத் தெரியாது. எந்த ஆதிதிராவிடர் கூட்டத்திற்கும் நான் சென்றதில்லை. தமிழ்நாட்டில் ஒரு ஹரிஜன சேவா சங்கம் உண்டு. அதன் தலைவர் யார்? காரியதரிசி யார்? என்று எனக்குத் தெரியாது. ஹரிஜன முன்னேற்றத்திற்காக அந்த சங்கத்தார் என்ன செய்கிறார்கள்? என்று எனக்குத் தெரியாது. அந்த சங்கத்துக்கும் காங்கிரசுக்கும் உள்ள ஒப்பந்தத்தைப் பற்றியும் தெரியாது. நீடாமங்கலத்தில் ஹரிஜன முன்னேற்றத்திற்கான ஆக்க வேலைத் திட்டமும் கிடையாது." (*விடுதலை*, 11–4–1938, ப. 3).

காங்கிரஸ் பார்லிமெண்ட் செகரட்டரி* என்பவர் பெட்டியேறி† சரியாகவோ தப்பாகவோ ஒரு கட்சிக்கு சார்பாய் சாட்சி சொல்லி இருக்கும்போதும், மற்றும் பல காங்கிரஸ் தலைவர்கள் என்பவர்களும் ஒரு கட்சிக்கு அனுகூலமாய் சாட்சி சொல்லியிருக்கும் போதும் ஒரு மாஜிஸ்திரேட் நீதிபதி அதற்கு மாறாக முடிவு கூறுவதென்றால அது சராசரி யோக்கியதையுள்ளவர்களிடம் எதிர்பார்க்கக்கூடாத காரியமேயாகும். ஆதலால்தான் இந்த முடிவு ஏற்கனவே பலரால் எதிர்பார்க்கப்பட்டதென்றே சொல்ல வேண்டியதாயிற்று. இந்த முடிவினால் யாரும் கலங்கவோ அல்லது நீடாமங்கலம் தோழர்களுக்கு காங்கிரஸ்காரர்கள் செய்த கொடுமை உண்மையற்றதாய் இருக்குமோ என்று யாராவது சந்தேகப்படவோ வேண்டியதில்லை என்பதை முதலில் தெரிவித்துக்கொள்ளுகிறோம். . .

என்று எழுதியது.

மேலும் இத்தீர்ப்பைத் தாம் ஏற்க மறுப்பதற்கான காரணத்தை விளக்க முனையும் அத்தலையங்கம் பின்வருமாறு தொடர்கிறது:

. . . எந்த தைரியத்தைகொண்டு அப்படிச் சொல்கிறோம் என்றால் நீடாமங்கலம் சம்பவம் நடந்ததாக ‘விடுதலை’, ‘குடிஅரசு’ பத்திரிகைகளில் சேதி வந்தவுடன் அதன் உண்மையை விசாரிக்க சென்னை மாகாண தேவேந்திர வேளாள சங்கத்தார் உடனே ஒரு கூட்டம் கூடி விஷயத்தைப் பற்றி விசாரித்து முடிவு தெரிவிக்கும்படி ஒரு கமிட்டியை நியமித்து விட்டார்கள். அக்கமிட்டியில் சாதாரண ஆட்களை நியமிக்காமல் அச்சங்கத்தின் மாகாண பிரசிடெண்டான தோழர் எம். பாலசுந்தரராஜ் அவர்களையும், அச்சங்கத்தின் காரியதரிசி தோழர் வி. ஜெயராஜ் அவர்களையும், அக்கமிட்டியின் பொருளாளரும் காங்கிரஸ் எம்.எல்.ஏ.யுமான தோழர் எஸ்.சி. பாலகிருஷ்ணன் அவர்களையும்,

---

* இவர் பி.எஸ். மூர்த்தியா ? என்பது தெரியவில்லை. ஆயின் காங்கிரசின் பார்லிமெண்டரி செகரட்டரியான பி.எஸ். மூர்த்தி நேரில் சென்று விசாரணை செய்துவந்த பின்னர் தஞ்சை ஜில்லா ஆதிதிராவிடர் சங்கம், கருப்பூர் வால்டயர் சங்கம் என்ற சுயமரியாதை சங்கம் ஆகிய அமைப்பினரிடம் நீடாமங்கல கொடுமை உண்மையே என்று வெளிப்படையாகவே தெரிவித்திருந்தார் என்ற ‘விடுதலை’யின் (12.2.1938, ப. 6) ஒரு பதிவும் இங்கு நினைவுகூரத்தக்கது.

† நீதிமன்றச் சாட்சிக் கூண்டு.

தமிழ்நாடு காங்கிரஸ் கமிட்டி மெம்பரான தோழர் ஏ. அய்யனார் அவர்களையும், தோழர் ஜே. தேவாசீர்வாதம், தோழர் எஸ்.வி. அக்கினிமுத்து ஆகியவர்களையும் நியமித்தார்கள். அக்கமிட்டியார் பிப்ரவரி 6ௌ நீடாமங்கலம் சென்று நீடாமங்கலத்திலும் அதன் சுற்றுப்புறங்களிலும் அநேக சாட்சிகளை முறைப்படி விசாரித்து, சாட்சி பதிவு செய்து கவலையோடு ஆராய்ந்து பார்த்து முடிவு எழுதி அறிக்கை வெளியிட்டு இருக்கிறார்கள். இவ்வறிக்கையில் அவர்கள் குறிப்பிட்டிருப்பது என்னவென்றால் "... தாழ்த்தப்பட்ட மக்களுக்குச் செய்யப்பட்ட கொடுமைகள் உண்மையானது . . . என்பதாகவும் மற்றும் கட்டிவைத்து அடித்ததைப் பற்றியும், மொட்டை அடிக்கப்பட்டதை பற்றியும் பலபேர் சாட்சி சொன்னார்கள் என்றும் இதை மறைக்க பலர் முயற்சிப்பதாய் தெரிகிறதென்றும் சொல்லி இருக்கிறார்கள் . . ."

என்றவாறு செல்லும் இந்தத் தலையங்கம், இவ்வன்நிகழ்வு தொடர்பாக மேற்கண்ட குழுவின் கருத்தையே தானும் கொண்டிருப்பதை வெளிப்படுத்தும்விதமாக, "எனவே இந்த விஷயம் நடந்தது உண்மையா? பொய்யா? என்பதில் நமக்குச் சிறிதும் சந்தேகமில்லை என்பதோடு கோர்ட் நடவடிக்கையில் நியாயம் கிடைக்காததால் யாரும் கவலைப்பட வேண்டியதில்லை என்று தெரிவித்துக்கொள்கிறோம் . . ." என்று எழுதியது.

தாழ்த்தப்பட்ட மக்கள் இந்து சமூகத்திற்குள் வாழும்வரை அவர்களுக்கு மனித உரிமைகளும் மாண்புகளும் கிட்டாது என்பதுடன் இது போன்ற மானக்கேடுகளுக்குப் பரிகாரம் தேடவும் இயலாது என்றும், மேலும் அவர்கள் கிறிஸ்தவ மதத்திற்குள் சென்றாலும் இந்நிலைமைகளில் பெரிய மாற்றம் ஏதும் ஏற்படாது என்றும், எனவே இச்சூழலில் அவர்கள் இசுலாமுக்கு மாறுவதைப் பற்றிச் சிந்திக்க வேண்டும் என்ற தன் கருத்தை இச்சிக்கலுக்கான ஒருநடைமுறைத் தீர்வாக முன்வைத்து முடிகிறது 'குடிஅரசு' தலையங்கம்.

நீடாமங்கலம் வன்நிகழ்வு போன்ற சாதிய, தீண்டாமைக் கொடுமைகள் நடக்கும்போது அவை தொடர்பான தனது எதிர்வினைகளின் சமூக நியாயப்பாட்டினை அறிந்துகொள்வதற்கு, அவற்றால் பாதிக்கப்பட்ட தாழ்த்தப்பட்ட மக்களின் கருத்தையே சுயமரியாதை இயக்கம் தன் உரைகல்லாக கருதியது என்பதற்கு, நீதிமன்ற அவமதிப்பு ஏற்படும் நிலையையும் பொருட்படுத்தாமல்

‘குடிஅரசு’ எழுதிய இத்தலையங்கத்தையே ஓர் சிறந்த சான்றாகக் கொள்ளலாம்.

தஞ்சை சப்-மாஜிஸ்திரேட் நீதிமன்றம் வழங்கிய தீர்ப்பை எதிர்த்து ‘விடுதலை’யின் சார்பில் தஞ்சை செஷன்ஸ் நீதிமன்றத்தில் மேல்முறையீடு செய்ய இருப்பதாக ஒரு செய்தி ‘குடிஅர’சில் பதிவாகியுள்ளது.[242] இதனைத் தொடர்ந்து 22–6–1938 அன்று தஞ்சை செஷன்ஸ் நீதிபதி முன்பு ‘விடுதலை’ சார்பாக இம்மேல்முறையீடு செய்யப்பட்டது.[243] மேலும், இதன் தொடர்பில் இம்மேல்முறையீட்டின் மீதான தீர்ப்பு வழங்கப்பெறும்வரையில் ‘விடுதலை’ மீது விதிக்கப்பட்ட அபராதத்தை வசூல் செய்ய வேண்டாம் என்று செஷன்ஸ் நீதிபதி உத்தரவிட்டிருந்ததையும் மற்றுமொரு ‘குடிஅரசு’ செய்தி அறிவிக்கின்றது.[244]

தஞ்சை அமர்வு நீதிமன்றத்தில் ‘விடுதலை’யின் சார்பில் செய்யப்பட்ட மேல் முறையீட்டின் பின்னர், நீடாமங்கல வன்நிகழ்வை மறைமுகமாகச் சுட்டும் இரு பதிவுகள் காணக்கிடைக்கின்றன. ‘நமது விண்ணப்பம்’ என்று தலைப்பிட்ட ‘குடிஅரசு’ தலையங்கத்தில், “...ஜாதி வித்தியாசமோ கூடஇருந்து சாப்பிட்டதற்கு கட்டிவைத்து உதைத்து மொட்டை அடித்து சாணிப்பால் உற்சவம் நடந்ததாக* கூப்பாடுகள் வானத்தை பிளக்கின்றது” என்ற வரியும்,[245] ‘காங்கிரஸ், கபடத்தனம்’ என்ற தலைப்பில் கல்லிடைக்குறிச்சி டி.எம். பீர்முஹம்மது (‘எல்லாம் தெரிந்த இந்து தேசந்தான்’ என்ற மெட்டில்) எழுதிய கவிதையில் இடம்பெறும் “தாழ்த்தப்பட்ட மக்கள் பெற்றார் தலைமொட்டை வெகுமதி...” என்ற வரியுமே[246] அவை ஆகும். இக்கவிதை ‘குடிஅர’சின் முதல் பக்கத்தில் வெளியிடப்பட்டிருந்தது. இந்நிலையில் மேல்முறையீட்டின் மீது தஞ்சை அமர்வு நீதிபதி தன் தீர்ப்பினை வழங்கினார். 1938 ஆகஸ்டு மாத நடுவில் இத்தீர்ப்பு வழங்கப்பட்டது. அதன்படி ஏற்கெனவே ‘விடுதலை’ வெளியீட்டாளர், ஆசிரியர் ஆகியோர் மீது துணைக் கோட்ட நீதிபதி விதித்திருந்த தலா ரூ. 200 அபராதத் தொகையை அமர்வு நீதிமன்ற நீதிபதி தலா ரூ.100 ஆக குறைத்துத் தீர்ப்பு வழங்கினார்.[247]

இப்பதிவுகள் தவிர 1938 ஆகஸ்டு மாத நடுப்பகுதியின் பின்னர் நீதிமன்றத்திலோ அல்லது மக்கள் மன்றத்திலோ இதன் தொடர்பில் நடைபெற்ற விவாதங்கள், நிகழ்வுகள் என எதுவும் ‘குடிஅரசு’, ‘விடுதலை’ ஏடுகளில் காணக் கிடைக்கவில்லை. எனவே மேல் முறையீட்டின் மீதான அமர்வு நீதிமன்ற நீதிபதியின்

* அவதூறு வழக்கில் ‘விடுதலை’ செய்திருந்த மேல்முறையீடு விசாரணையில் இருந்ததால் இவ்வாறு பதிவு செய்யப்பட்டுள்ளது

தீர்ப்புடன் நீடாமங்கல வன்நிகழ்வின் தொடர்பில் நடைபெற்ற 'விடுதலை'யின் மீதான அவதூறு வழக்கு முற்றுப்பெற்றதாகவே கருதவேண்டியுள்ளது.

தீர்ப்புக்குப் பின்னர்

நீடாமங்கல வன்நிகழ்வு, அதற்கான சுயமரியாதை இயக்கத்தின் எதிர்வினைகள், அவை தொடர்பாக எழுந்த அவதூறு வழக்கு ஆகிய நிகழ்வுகளினூடே தமிழ்நாட்டில் கட்டாய இந்தி மொழித் திணிப்புக்கு எதிரான நடவடிக்கைகளிலும் சுயமரியாதை இயக்கம் இறங்கியிருந்தது. சென்னை மாகாணத்தில் சி. ராஜகோபாலாச்சாரியார் ஆட்சிப் பொறுப்பை ஏற்றதிலிருந்தே இந்தி மொழி தமிழ்நாட்டுக்கு அவசியம் என்பதாகக் கருத்து வெளியிட்டு வந்தார். இதனை உடனுக்குடன் சுயமரியாதை இயக்கமும் கண்டித்து எதிர்வினையாற்றி வந்தது. இந்நிலையில் 21–4–1938 அன்று சில குறிப்பிட்ட பள்ளிகளில் முதல் மூன்று பாரம் வரையிலான வகுப்புகளில் இந்தி மொழி கட்டாயப் பாடமாகக் கற்பிக்கப்படும் என்ற ஆணையை அரசு வெளியிட்டது.[248] இதனைத் தொடர்ந்து சுயமரியாதை இயக்கத்தின் எதிர்வினைகள் வலுப்பெற்றன. 3–6–1938ஆம் நாள் முதல் அது ஏற்கெனவே கட்டி எழுப்பியிருந்த இந்தி எதிர்ப்பு அணியின் மூலம் நேரடி நடவடிக்கையைத் தொடங்கியது.[249] இதனைத் தொடர்ந்து 'குடிஅரசு', 'விடுதலை' ஆகிய பத்திரிகைகள் முழுவீச்சுடன் கட்டாய இந்தித் திணிப்பை எதிர்ப்பதில் ஈடுபட்டன. இப்போக்கு 21–2–1940 அன்று இந்திமொழி கட்டாயப்பாடம் என்ற முந்தைய அரசு ஆணையை அரசினர் திரும்பப் பெறுவதாக முடிவு செய்யும்வரை நீடித்தது.[250]

இது தவிரவும் 1939இல் தொடங்கிய இரண்டாம் உலகப் போரை நோக்கிய முன் நிகழ்வுகளும் அதன் தொடர்பிலான ஆங்கில அரசின் அணுகுமுறைகளும் அவற்றுக்குக் காங்கிரஸ் கட்சி ஆற்றிய எதிர்வினைகளும் நடந்தேறின.

நீடாமங்கலம் வன்நிகழ்வு குறித்து 'விடுதலை' மீது தொடரப்பட்ட வழக்கின் தீர்ப்பானது சுயமரியாதை இயக்கத்திற்கும் பாதிக்கப்பட்ட தாழ்த்தப்பட்ட மக்களுக்கும் உரிய நிவாரணத்தை வழங்கத் தவறிய நிலையில் அப்பிரச்சனை குறித்த தொடர் நிகழ்வுகள் பற்றிய பதிவுகளைக் 'குடிஅரசு', 'விடுதலை' ஏடுகளில் காண இயலாததை மேற்கண்ட நிகழ்வுப் போக்குகளின் பின்புலத்தில் விளங்கிக் கொள்ள முடியும்.

இப்பொதுப்போக்கிற்கு விலக்கானதாக 20–5–1943 ஆம் நாள் அன்று 'ரெட்டைமலை சீனிவாசன் ஆதிதிராவிட சுயமரியாதைக்

கழகத்தில்' நிறைவேற்றப்பட்ட ஓர் தீர்மானம் 'விடுதலை'யில் பதிவாகியிருந்தது என்பது இங்கு குறிப்பிடத்தக்கதாகும்.[251] *5–6–1943* அன்று நடைபெறவிருந்த சென்னை சட்டசபைக்கான ஓர் இடைத்தேர்தலில் நீதிக்கட்சி சார்பாகப் போட்டியிட்ட டி. சுந்தரராவ் நாயுடு*வுக்கே தாழ்த்தப்பட்ட மக்கள் வாக்களிக்க வேண்டும் என்றும் காங்கிரசுக்கு அளிக்க கூடாது என்றும் அத்தீர்மானம் கூறியது. "காங்கிரசுக்காரர்கள் ஆதிதிராவிடராகிய நம்மை நீடாமங்கலம் சமபந்தியில் செய்த அக்கிரமத்தை எண்ணியும்" என்று குறிப்பிடுகின்ற இத்தீர்மானத்தின் வரிகள் காங்கிரஸ் கட்சி தோற்கடிக்கப்பட வேண்டும் என்பதற்கான காரணங்களுள் ஒன்றாக நீடாமங்கல வன்நிகழ்வையும், அது நடந்தேறிய சுமார் ஆறு ஆண்டுகளின் பின்னரும் நினைவில் வைத்திருந்து தக்க நேரத்தில் வெளிப்படுத்துவது இங்கு குறிப்பிடத்தகுந்த ஒன்றாகும்.

~

நீடாமங்கலத்தில் *28–12–1937* அன்று நடந்த தென் தஞ்சை ஜில்லா அரசியல் மகாநாட்டின் சமபந்தி விருந்தில் தாழ்த்தப்பட்ட மக்கள் மீது நடந்த வன்முறையைத் தவிர அங்கு வேறொரு பிரச்சனையும் நடந்திருந்தது. 'ஜில்லா போர்டுகளை கலைத்துவிட்டு அவற்றை சர்க்கிள் (ரெவின்யூ) போர்டுகளாக ஆக்க வேண்டும்' என்று அம்மாநாட்டில் கொண்டுவரப்பட்ட தீர்மானமும், அதையொட்டி நிகழ்ந்த விவாதங்களும் வாக்கெடுப்புமே அப்பிரச்சனைக்குக் காரணமாயின. அத்தீர்மானத்தை டி.கெ. ஶ்ரீனிவாசய்யர் என்பவர் கொண்டுவந்திருந்தார். அம்மாநாட்டில் கலந்துகொண்டிருந்த தஞ்சை ஜில்லா போர்டு தலைவர் பட்டுக்கோட்டை நாடிமுத்துப் பிள்ளையைக் குறிவைத்தே அது கொண்டுவரப்பட்டிருந்தது. பெரும் நிலவுடைமையாளரும் காங்கிரஸ் தலைவர்களுள் ஒருவராகவும் விளங்கியவர் நாடிமுத்துப் பிள்ளை. தன்னை அவமானப் படுத்த வேண்டும் என்பதற்காகப் பார்ப்பனர்களால் திட்டமிட்டுக் கொண்டுவரப்பட்டதே இத்தீர்மானம் எனக் கருதிய அவர் அதனைக் கடுமையாக எதிர்த்தார். தேர்தல் செலவுகளுக்காகத் தன்னிடம் ஆயிரக்கணக்கில் பணம் வாங்கியவர்தான் இதே ஶ்ரீநிவாசய்யர் என்று குறிப்பிட்ட நாடிமுத்துப் பிள்ளை, 'பார்ப்பனரல்லாத பெரும் தலைவர்களான நெடும்பலம் சாமியப்பா, ஏ.டி. பன்னீர்செல்வம் போன்றவர்களை

* சென்னை நகர மேயராக விளங்கிய திவான் பகதூர் வரதராஜுலு நாயுடுவின் மகன். சுயமரியாதை இயக்கத்துடனும் நெருக்கமானவர். 'தாழ்த்தப்பட்டோர் தொண்டர் படை' என்ற அமைப்பின் தலைவராக இருந்து அம்மக்களுக்காக அரும்பணியாற்றிய இவரைப் 'பற நாயுடு' என்று செல்லமாக அழைப்பர்.

வீழ்த்துவதற்காக, 'தென்னாட்டு ஜவஹர்' என்றெல்லாம் தன்னைப் புகழ்ந்து தங்கள் காரியத்துக்காகப் பயன்படுத்திக்கொண்ட ஸ்ரீநிவாசய்யர் போன்ற பார்ப்பனர்கள் தங்களின் தேவை தீர்ந்த பின்னர் தன்னைத் தூக்கியெறிய முயல்வதைப் பற்றிய தம் வருத்தத்தைக் கடுமையான முறையில் தெரிவித்தார். தீர்மானம் ஓட்டுக்கு விடப்பட்டபோது பார்ப்பனரல்லாத உறுப்பினர்கள் நடுநிலைமை வகித்தனர். பார்ப்பனர்கள் அனைவரும் கட்டுப்பாடாகத் தீர்மானத்துக்கு ஆதரவாக வாக்களித்தனர். இந்நிகழ்வுகளை 'நாடிமுத்துப் பிள்ளையின் கர்மபலன்' என்ற தலைப்பில் 'குடிஅரசு' பதிவு செய்திருந்தது.[252] இதே மகாநாட்டில் தாழ்த்தப்பட்டவர்களுக்கு இழைக்கப்பட்ட கொடுமையைப் பக்கம் பக்கமாகப் பல மாதங்கள் எழுதிய 'விடுதலை'யும் 'குடிஅரசு'ம் நாடிமுத்துப் பிள்ளைக்கு நேர்ந்ததை, பார்ப்பனரல்லாதார் ஒருவரை அரசியலதிகாரத்திலிருந்து நீக்க முயல்கின்ற பார்ப்பனர்களின் ஒரு சிறு அசைவு என்ற அளவில் ஒரு பதிவாகக் காட்டியதற்கு மேல் அதனைப் பெரிதாக பொருட்படுத்தியதாகத் தெரியவில்லை.* நீடாமங்கலத்தில் தாழ்த்தப்பட்டோருக்கு நேர்ந்த வன்கொடுமையையும் நாடிமுத்துப் பிள்ளைக்கு நேர்ந்த அவமதிப்பையும் சமன்படுத்த இயலாது எனினும் தாழ்த்தப்பட்டோர் எதிர்கொள்ளும் சிக்கல்கள் குறித்து சு.ம. இயக்கம் கொண்டிருந்த தனி அக்கறைக்கு நீடாமங்கலம் காங்கிரஸ் மகாநாட்டையொட்டி எழுந்த இந்த இரு நிகழ்வுகளையும் சு.ம. இயக்கம் அணுகியமுறையே தக்க சான்றாக விளங்கி நிற்கின்றது.

~~

* இதே நாடிமுத்துப் பிள்ளை இதற்குப் பல ஆண்டுகளுக்கு முன்னர் பட்டுக்கோட்டை தாலுகா போர்டின் தலைவராக இருந்தார். அப்போது தஞ்சை ஜில்லா போர்டு தலைவராக இருந்த ஏ.டி. பன்னீர்செல்வம், மாரிமுத்து என்ற தாழ்த்தப்பட்டோரை அத்தாலுகா போர்டுக்கு உறுப்பினராக நியமித்தார். அந்நியமனத்தை ஏற்க விரும்பாத நாடிமுத்துப் பிள்ளை, அவ்வுறுப்பினருக்குப் பலவிதங்களிலும் தொல்லை விளைவித்தபோது சு.ம. இயக்கம் களத்தில் இறங்கிப் போராடி மாரிமுத்துவின் அரசியல் உரிமையைக் காத்தது.

முடிவுரை

நீடாமங்கல வன்கொடுமை குறித்து இதுகாறும் தொகுத்துக் கொண்ட கருத்துக்களின் சாரமானது விவாதங்களை எழுப்பும் பல கேள்விகளாக நம் முன் விரிகின்றது. இவ்விவாதங்களின் கருத்தியல் நீட்சி, திராவிட இயக்கம், தாழ்த்தப்பட்டோர் ஆகிய இரு தரப்பினரிடையே உள்ள உறவுநிலை குறித்து இன்று நிலவிவரும் – பெரும்பாலும் எதிர்மறை நோக்கிலானதாகவே காணலாகும் – கருத்துப் பகிர்வுகளுக்கு ஒரு வரலாற்றுப் பரிமாணத்தை அளிப்பதாக அமைகின்றது.

சுயமரியாதை இயக்கமே நீடாமங்கலம் வன்கொடுமை நிகழ்வுகளை முதன்முதலில் தக்க ஆதாரங்களுடன் வெளியுலகின் பார்வைக்குக் கொண்டுவந்தது. மேலும், அரசியல், சமூகம், பண்பாடு, சட்டம் ஆகிய தளங்களில் அவை குறித்த விவாதங்களை மேற்கிளப்பியது. வன்கொடுமை வெளிப்பட்டுவிட்டதால் உயிர் அச்சத்திற்குள்ளாகி யிருந்த தாழ்த்தப்பட்டோரை நீடாமங்கலம்– அனுமந்தபுரம் பகுதியிலிருந்து மீட்டு ஈரோட்டுக்கு அழைத்துச் சென்று பாதுகாப்பு வழங்கியதும் இவ்வியக்கமே.

கிராமப்புற நிலவுடைமை நுகத்தடியின் சுமை தவிர வேறு உலகைக் காணும் வாய்ப்பு மறுக்கப்பட்டிருந்த அவர்களுக்கு (தேவசகாயம், ரெத்தினம், ஆறுமுகம் மற்றும் சிலர்) ஈரோடு, சேலம், தூத்துக்குடி போன்ற தொழில் வணிகம் வளர்ந்த

நகரங்களில் உருவாகியிருந்த மனித உரிமைகளுக்கான – ஒப்பீட்டு அளவிலான – வெளிகளை அறிமுகப்படுத்தியது இவ்வியக்கம்.

மீட்கப்பட்ட மூவருள் ஆறுமுகத்தை பெரியார் ஈ.வெ.ரா. தன்னுடன் வைத்துக்கொண்டதாகவும், அவருக்கு காவல் துறையில் அரசுப் பணி பெற்றுத்தந்ததாகவும் தற்போதும் அவரது வாரிசுகள் சென்னையில் வாழ்வதாகவும் களத்தகவல்கள் (கா. அப்பாசாமி, நீடாமங்கலம், 7.3.2011) கூறுகின்றன. தேவசகாயம், ரெத்தினம், ஆறுமுகம் இம்மூவருள் முன்னிருவரும் நீடாமங்கலம் பகுதியில் எண்ணிக்கை மிகுந்த பள்ளர் சாதியைச் சேர்ந்தவர்கள்; ஆனால் பின்னவரைப் பொறுத்து அவர் தாழ்த்தப்பட்ட சாதி ஒன்றில் பிறந்திருந்தாலும் அவரது சாதி (பள்ளர்களுக்கு முடிதிருத்தும் தொழிலை மேற்கொள்வோர்) எண்ணிக்கையில் மிகவும் சிறுபான்மை என்பதால் அவரின் வாழ்வுக்கு மற்ற இருவரையும் விடக் கூடுதல் பாதுகாப்பை வழங்க பெரியார் ஈ.வெ.ரா. எண்ணியிருக்கலாம்.

இவ்வன்கொடுமை குறித்து, தாழ்த்தப்பட்டோர் தலைவர்களைப் பொறுத்தமட்டில் சட்டமன்ற உறுப்பினரான ஜெ. சிவஷண்முகம் பிள்ளை மட்டுமே அங்கு இது பற்றிக் கேள்வி எழுப்பினார்; அதற்கு அரசின் அக்கறையற்ற ஒரு பதிலையும் பெற்றார்.

தேசிய அளவில் இயங்கிக்கொண்டிருந்த ஆங்கிலப் பத்திரிகைகள் ஏதும் இது குறித்த செய்திகளை வெளியிடாததால் இவ்வன்நிகழ்வு டாக்டர் அம்பேத்கரின் கவனத்தை ஈர்த்திருக்க வில்லை.

வன்நிகழ்வு நடைபெற்ற அதன் சமகாலத்தில் வாழ்ந்து கொண்டிருந்த அறியப்பட்ட தாழ்த்தப்பட்டோர் தலைவர்களான ரெட்டைமலை சீனிவாசன், எம்.சி. ராஜா, என். சிவாராஜ், எல்.சி. குருசாமி, எச்.எம். ஜெகந்நாதம் போன்றோர் பொதுத்தளத்தில் இது குறித்து ஏதும் பேசாமல் மௌனமாகவே இருந்துள்ளனர்.

தாழ்த்தப்பட்டோரின் பிரதிநிதியாக அன்றைய காங்கிரஸ் அமைச்சரவையில் பதவி வகித்துக்கொண்டிருந்த வி.ஐ. முனிசாமி பிள்ளை, காங்கிரஸ் சட்டமன்ற உறுப்பினரான குழந்தை வேலுப்பிள்ளை நயினார் போன்றோர் வன்முறை நிகழ்ந்ததை மறுத்து, தாழ்த்தப்பட்டோருக்கு எதிரான நிலையையே எடுத்திருந்தனர்.

இவ்வன்நிகழ்வு குறித்துத் தாழ்த்தப்பட்டோர் தரப்பில், பொதுவெளியில், பொருட்படுத்தத்தக்க அளவில் எழுந்த ஒரு எதிர்வினை என்பது எம். பாலசுந்தரராஜ், வி. ஜெயராஜ்,

எஸ்.சி. பாலகிருஷ்ணன் போன்றோரின் முன்னெடுப்பில் தேவேந்திர வேளாளச் சங்கத்தினரால் நீடாமங்கலம் பகுதியில் மேற்கொள்ளப்பட்ட 'கள விசாரணையும் அதன் தொடர்ச்சியாக வன்முறை நிகழ்ந்தது உண்மை' என அவர்கள் அளித்த அறிக்கையுமே ஆகும்.

மேற்குறித்தவற்றை ஏற்கெனவே கண்டுள்ளோம். இந்நிலையில் தாழ்த்தப்பட்டோரின் பெருந்தலைவர்கள் இவ்வன்நிகழ்வு குறித்து ஏன் பேசாமல் இருந்தனர், அவர்களின் இம்மௌனத்திற்குப் பின்புலமாக விளங்கிய சமூக – அரசியல் கருத்து நிலை யாது? என்ற கேள்விகள் எழுகின்றன.

தேவேந்திர வேளாளர் சங்கத்தின் தலைவர்களைப் பொறுத்து அவர்களுள் தமிழகம் தழுவிய அளவில் பரவலாக அறியப்பட்டிருந்தவர்கள் என எவரும் இல்லை என்பதே அன்றைய களநிலை. பாதிக்கப்பட்ட தாழ்த்தப்பட்டோரில் ஏறத்தாழ அனைவருமே தேவேந்திர வேளாளராகவே இருந்தார்கள் என்பதும் இவர்களுள்ளும் கணிசமானோர் கிறிஸ்தவர்களாக இருந்தனர் என்பதும் இங்கு கருதத்தக்கனவாகும். இந்நிலையில் எண்ணிக்கைப் பெரும்பான்மையைக் கொண்டு தீர்மானிக்கப்படுகின்ற பொது ஜனநாயகச் சூழலின் நடுவே, கண்டுவரும் இக்களநிலைகள் யாவும் பாதிக்கப்பட்ட மக்களுக்கு அமைந்துபோன பலவீனங்களாகவே கருதவேண்டியுள்ளது. இந்நிலையில் இப்பலவீனங்களைச் சமன் செய்வதாகவே சு.ம. இயக்கத்தின் செயல்பாடுகளை மதிப்பிட வேண்டியுள்ளது.

பார்ப்பனியக் கருத்தியல் மற்றும் அது சார்ந்த சமூக அரசியல் நிறுவனங்களோடு நேர் மோதலைப் பின்பற்றுவதே திராவிட இயக்கத்தின் ஒரு முக்கியப் போக்காகும். இதன் மறுதரப்பாக இவ்வியக்கத்தின் மீது எழும் விமர்சனங்களுள் ஒன்று, பார்ப்பனரல்லாத உள்ளூர் ஆதிக்க சக்திகளின் ஒடுக்குமுறைகளை இவ்வியக்கம் பெரிதாகக் கண்டுகொள்வதில்லை என்பதாகும். இந்நிலையில், நீடாமங்கல வன்கொடுமையைப் பொருத்து பார்ப்பனரல்லாத உள்ளூர் ஆதிக்க சாதிகளின் ஒடுக்குமுறைகளுக்கு எதிராக இவ்வியக்கம் ஆற்றிய எதிர்வினைகள் இவ்விமர்சனம் குறித்து வரலாற்று வழியிலமைந்த மீள்நோக்கு நிலையை முன்வைக்கின்றது.

நீடாமங்கல வன்நிகழ்விற்குச் சுமார் பத்து ஆண்டுகளுக்குப் பின்னர் தோன்றிய திராவிட இயக்கத்தின் மற்றொரு முக்கியக் கூறு, வாக்கு வங்கி சார்ந்த தேர்தல் அரசியலில் இறங்கியது. இதன் பின்னர், தாழ்த்தப்பட்டோருக்கு ஆதரவாக, நீடாமங்கல வன்நிகழ்வு குறித்து ஆற்றியது போன்ற உடன்பாடான

எதிர்வினைகள் இவ்வியக்கத்தின் தரப்பில் குறைந்து வந்ததைக் கவலையோடு நோக்க வேண்டியுள்ளது. தேர்தல் அரசியலில் ஈடுபடும் எல்லாத் தரப்பினருக்கும் இத்கைய நிலை பொருந்தக்கூடியதே என்பதாக அமையும் அமைதிகாண்முறைகள் திராவிட இயக்கத்தின் தனித்தன்மைகளை முற்றிலுமாக நீர்த்துப் போகச் செய்துவிடும்.

பார்ப்பனரல்லாத பிற்படுத்தப்பட்ட, மிகவும் பிற்படுத்தப்பட்ட சமூகங்களில் அவற்றின் உட்கூறுகளாகச் சாதி மதத்தைத் தாண்டி சிந்திக்கின்ற – செயல்படுகின்ற ஜனநாயக சக்திகளை உருவாக்கி, அவற்றைத் தாழ்த்தப்பட்டோருக்கு ஆதரவாகக் குரல் கொடுக்க – செயல்பட வைத்ததே திராவிட இயக்கத்தின் ஒரு முக்கியத் தனித்தன்மையாகும். அதேவேளை தாழ்த்தப்பட்டோர் தரப்பில், அவர்கள் மீதான ஒடுக்குமுறை நிகழும்போது அமைதிகாப்பதும், ஒடுக்குமுறைக்கு ஆதரவான வகையில் எதிர்நிலை எடுப்பதுமான சில போக்குகளையும் இனங்காண்கிறோம். எனவே, இத்தகு வரலாற்றுப் புரிதலுடன் பார்பனரல்லாதாரில் உள்ள ஜனநாயக சக்திகளும் தாழ்த்தப்பட்டோரில் உள்ள பெரும்பான்மையினரும் கைகோர்க்கும்போதுதான் சமூகவிடுதலை என்பது சாத்தியமாகும். நீடாமங்கல வன்கொடுமை நிகழ்வின் ஊடாகக் காணலாகின்ற சுயமரியாதை இயக்கம் மற்றும் தாழ்த்தப்பட்டோரின் உறவுநிலை தரும் புரிதலும் படிப்பினையும் இதுவேயாகும்.

~~

பின்னோட்டம்

நீடாமங்கலம் சாதியக்கொடுமைகளின் பின்னர் அதனோடு தொடர்புடையவர்களின் நிலை என்ன? வன்நிகழ்வுகள், அவற்றுக்கான எதிர் வினைகள் ஆகியனவற்றின் தாக்கத்தினால் அப் பகுதியில் ஏற்பட்ட சமூக – அரசியல் மாற்றங்கள் என்ன?

வன்கொடுமைக்கு ஆளான பிரபலமான மூவருள் ஆறுமுகத்தின் பிற்கால வாழ்க்கை குறித்தே அதிக செய்திகள் கள ஆய்வில் கிடைத்தன. நீடாமங்கலத்தை அடுத்துள்ள அனுமந்தபுரம் இவரது சொந்த ஊர். 1923இல் பிறந்த இவருக்கு, வன்நிகழ்வில் ஆட்பட்டபோது 14 வயது. அதன் பின்னர் ஈரோட்டுக்குச் சென்ற இவரிடம் பெரியார் ஈ.வெ.ரா தன் வளர்ப்பு மகன் போலவே அன்பு காட்டியதாகத் தெரிகின்றது. ‘குடிஅரசு’ அலுவலகத் தின்வழி, திராவிட இயக்கத் தலைவர்கள் சிலரின் அறிமுகமும் இவருக்குக் கிடைத்தது. தேவசகாயம், ரெத்தினம் ஆகிய இருவரும் ஒரு சில மாதங்களில் ஈரோட்டிலிருந்து நீடாமங்கலம் பகுதிக்குத் திரும்பிவிட்டனர். இவர் மட்டும் பெரியார் ஈ.வெ. ரா.வுடன் நீண்ட காலம் தங்கியிருந்திருக்கிறார். இந்நிலையில் மூன்றாம் வகுப்பு படித்திருந்த இவருக்கு 1944ஆம் ஆண்டளவில் காவல்துறைப் பணி கிடைத்துள்ளது. இம்முயற்சியில் பெரியார் ஈ.வெ.ரா இவருக்கு உதவியிருக்கிறார். 1947இல் தன் அக்காள் மகள் சாமியம்மாளை இவர் மணம்

புரிந்திருந்தார். காவல்துறைப்பணியில் பணியாற்றியபோது தஞ்சை மாவட்டத்தின் பல்வேறு பகுதிகளிலும் பணிபுரிந்த இவர், நீடாமங்கலம் பகுதியில் மட்டும் பணிபுரியவில்லை. 1978இல் இவர் பணி ஓய்வு பெற்றிருக்கிறார். இவருக்கு ஆறுமகன்கள். ஒருவர் இப்போது உயிருடன் இல்லை. இவரது மூத்த மகன் ஆ. இராசேந்திரன். நமக்கு இச்செய்திகளை அளித்தவர்இவரே. பி.யு.சி முடித்த இவர் ஆவடி ஆயுதத் தொழிற்சாலையில் பணியாற்றியவர். தற்போது சென்னையில் வசிக்கிறார். ஆறுமுகத்தின் பேரன்களுள் ஒருவர், அமெரிக்காவில் கணிப்பொறியாளராகப் பணிபுரிகிறார். இறுதிவரை பகுத்தறிவாளராக இருந்த ஆறுமுகம், பெரியார் ஈ.வெ.ரா. தனக்குச் செய்த உதவிகளையும், அவர் இல்லை என்றால் தான் இல்லை என்றும், அவரே தனக்குக் கடவுள் என்றும் தன் பிள்ளைகளிடம் சொல்லிவந்திருக்கிறார். 1986இல் 66 வயதில் தஞ்சை மாவட்டம் ஆலத்தம்பாடியிலுள்ள தன் சொந்த வீட்டில் காலமானார்.

அனுமந்தபுரத்தைச் சொந்த ஊராகக் கொண்ட தேவசகாயம் 1917இல் பிறந்தவர். வன்நிகழ்வின் பின்னர் ஈரோடு அழைத்துச் செல்லப்பட்ட இவர் சுமார் நான்கு மாதங்கள் பெரியார் ஈ.வெ.ரா. வுடன் இருந்த பிறகு நீடாமங்கலம் திரும்பினார். அதன் பின்னர் இறுதிவரை அங்குதான் வாழ்ந்துள்ளார். இவரது மனைவி இளசம்மாள். இருதயசாமி, அருள்மேரி என இரு பிள்ளைகள். தற்போது இவர்களில் யாரும் உயிருடன் இல்லை. தேவசகாயத்தின் மருமகள் சூசைமேரி அனுமந்தபுரத்தில் வசிக்கிறார். ஆனால் இவருக்கு வன்நிகழ்வு குறித்து ஏதும் தெரிந்திருக்கவில்லை. தேவசகாயத்தின் மகன்வழிப் பேரனான அருள் ஆரோக்கியதாஸ் சென்னையில் காவல்துறைப்பணியில் உள்ளார். அவரே இச்செய்திகளை நமக்களித்தார். 1987இல் 70 வயதில் தேவசகாயம் இறந்தார். இறுதிவரை சுயமரியாதைக்காரராகவே வாழ்ந்த தேவசகாயத்தின் அண்ணன் மகன்களில் ஒருவர் திராவிடர் கழகச் சார்பாளராக உள்ளார் எனத் தெரிகின்றது. தேவசகாயத்தின் மகள் குடும்பம் பற்றித் தகவலில்லை.

பழைய நீடாமங்கலத்தைச் சேர்ந்த ரெத்தினத்தின் பிற்கால வாழ்க்கை குறித்த விவரங்கள் சரிவரத் தெரியவில்லை. இவருக்கு நேரடி வாரிசுகள் இல்லை. உடன் பிறந்த இரண்டு தம்பிகள் உண்டு. அவர்களுள் கடைசித் தம்பிதான் அப்பாசாமி. இவரும் இப்போது உயிருடன் இல்லை. ஈரோட்டிலிருந்து திரும்பிய ரெத்தினம் இறுதிவரை நீடாமங்கலத்திலேயே இருந்ததாகவும், தேவசகாயம், ஆறுமுகம் ஆகிய இருவருக்கும் முன்பே இறந்துவிட்டதாகவும் தெரிகின்றது. சுயமரியாதைக்காரராகவே வாழ்ந்த ரெத்தினத்தின் தம்பி அப்பாசாமியும் திராவிடர் கழகத்தில் இருந்துள்ளார்.

ரெத்தினத்தின் மற்றொரு தம்பியின் பேரன் ஒருவரும் தற்போது திராவிடர் கழகத்தில் உள்ளதாகத் தெரிகின்றது. அப்பாசாமியின் மருமகன் பாலு என்பவர் தற்போது சென்னையில் உள்ளார். அவரைத் தொடர்பு கொண்டபோது அவருக்கு மேலதிகமான செய்திகள் தெரிந்திருக்கவில்லை.

ஆறுமுகம், தேவசகாயம், ரெத்தினம் ஆகியோரது வாரிசுகளிடையே தற்போது தொடர்பு ஏதும் இருப்பதாகவும் தெரியவில்லை.

சாதியக் கொடுமைக்குக் காரணமானவர் டி.கெ.பி. சந்தான ராமசாமி உடையார். இவரது பெயரின் விரிவாக்கம், தண்ணீர்குளம் குப்பு உடையார் பாலசுப்பிரமணிய உடையார் சந்தான ராமசாமி உடையார் என்பதாகும். ஏ.எஸ். பஞ்சோபகேச உடையார் – ராஜாமணி ஆச்சி இணையருக்கு இரண்டாவது மகனாக, 1917ஆம் ஆண்டு இவர் பிறந்தார். தாய்வழிப் பாட்டனாரான டி.கெ. பாலசுப்பிரமணிய உடையாருக்கு ஆண் வாரிசுகள் இல்லாததால் அவரின் தத்துப் பிள்ளையாக இவர் சென்றுள்ளார். தேசிய இயக்கத்தில் பற்றுக்கொண்ட இவர், காங்கிரஸ் நடத்திய ஒரு சத்தியாக்கிரக போராட்டத்தில் கலந்துகொண்டு கைதாகிச் சிறிது காலம் வலங்கைமான் சிறையில் அடைக்கப்பட்டிருந்தார் எனவும் ஒரு தகவல் உண்டு. ஆனால் இத்தகவலுடன் முரண்படும் ஒரு செய்தியும் உண்டு. உடையார், தனது நண்பராக விளங்கிய மன்னார்குடி தியாகி 'காகாஜி' எனப்படும் தே. ராமசாமி என்பார் 1942 சத்தியாகிரகப் போராட்டத்தில் கைதாகி இருந்தபோது அவருக்கு உணவு கொண்டுசென்றார் எனவும், அப்போது அக்காரணத்திற்காக, அவர் இரண்டு மூன்று நாட்கள் ஒரு காவல் முகாமில் தடுத்துவைக்கப்பட்டிருந்தார் எனவும் கிடைக்கும் தகவலே அதுவாகும். தனது வாழ்நாளின் பிற்பகுதியில் இவர் காங்கிரசிலிருந்து விலகி சி.ராஜகோபாலாச்சாரியாரின் சுதந்திராக்கட்சியில் (1959) சேர்ந்ததாகத் தெரிகின்றது. அச் சமயத்தில், தமிழ்நாடு காங்கிரஸ் கட்சியைப் பொருத்து, அது சி.ராஜகோபாலாச்சாரியாரது எதிர்முகாமின் தலைவரும், அக்கட்சித் தலைமை பார்ப்பன நீக்கம் செய்யப்பட்டுவிட்டதின் ஒரு முக்கியக்குறியீடானவரும், பெரியார் ஈ.வெ.ரா.வின் சமூக நீதிக் கருத்தியலுக்கு மிகவும் நெருக்கமானவருமான காமராசரின் கட்டுப்பாட்டிற்கு உட்பட்டிருந்தது. இந்நிலையை டி.கெ.பி.எஸ். உடையாரது அரசியல் நிலைப்பாட்டில் ஏற்பட்டிருந்த மாற்றத்தோடு தொடர்புபடுத்தலாம்; டி.கெ.பி. சந்தான ராமசாமி உடையார் – நித்தியானந்தவல்லி ஆச்சி இணையருக்கு வாரிசுகள் இல்லை. உடையாரின் மனைவி ஆன்மீக ஈடுபாடு மிகுந்தவர். இதுவே காஞ்சி சங்கரமடத்துடன் இவர்களுக்கு

ஈடுபாடு ஏற்படக் காரணமாகியது. 1995இல் தனது 78வது வயதில் நீடாமங்கலத்தை அடுத்த ஓரட்டூரில் உடையார் காலமானபோது தனது மாளிகையைக் காஞ்சி சங்கரமடத்திற்கு அவர் கொடையாக அளித்திருக்கிறார். தற்போது அங்கு அம்மடத்தின் சார்பில் ஒரு பள்ளிக்கூடம் நடைபெறுகின்றது. காங்கிரசில் தொடங்கி, சுதந்திராக்கட்சியை அடைந்து, காஞ்சி சங்கரமடத்தின் தொடர்புடன் நிறைவுற்ற டி.கெ.பி.எஸ் உடையாரின் பொது வாழ்க்கைப்படம் அவரின் சமூக – அரசியல் கருத்து நிலையின் போக்கைத் தன்னைவிலேயே தெளிவுபடுத்துவதாக அமைந்துவிடுகின்றது.

சாதியக்கொடுமை தொடங்கிய களம் ஏ.எஸ்.பி. ரெத்தின சபாபதி உடையாரின் மாளிகையாகும். டி.கெ.பி. சந்தான ராமசாமி உடையாரின் உடன்பிறந்த அண்ணனான இவரது பெயரின் விரிவாக்கம், அரவூர் சுப்பிரமணிய உடையார்பஞ்சோபகேச உடையார் ரெத்தின சபாபதி உடையார் என்பதாகும். இவர் 1908இல்பிறந்தவர். இவரது மனைவி காந்திமதி ஆச்சி. இவருக்கு இரண்டு மகன், ஒரு மகள். இவர்களில் யாரும் இப்போது உயிருடன் இல்லை. இவர்களது வாரிசுகள் நீடாமங்கலம் பகுதியிலுள்ள அதங்குடியிலும், தஞ்சை, சென்னை போன்ற இடங்களிலும் வாழ்கிறார்கள். தேசிய இயக்கத்தில் ஈடுபட்ட ஏ.எஸ்.பி.ஆர். உடையார் கதர் ஆடை அணிவதை வழக்கமாகக் கொண்டவர் என்றும், கை ராட்டினத்தில் நூற்கும் வழக்கமுடையவர் என்றும் தெரிகின்றது. இவரது வீட்டிற்கு வல்லபாய் படேல், ஓமந்தூர் பி.ராமசாமி ரெட்டியார், சத்தியமூர்த்தி, யாகூப்ஹாசன், சர்தார் வேதரத்தினம், பட்டுக்கோட்டை நாடிமுத்துப்பிள்ளை போன்ற தேசிய இயக்கத் தலைவர்கள் வந்துள்ளனர். 1984இல் தனது 76வது வயதில் சென்னையிலுள்ள தனது மகள் வீட்டில் இவர் காலமானார்.

நீடாமங்கலம் சாதிய வன்கொடுமைக்குச் சாதி மத பேதமின்றி அனைவரும் சமமாகப் பந்தியில் அமர்ந்து உண்டதே முக்கியக் காரணமாக அமைந்தைக் கண்டோம். இந்நிலையில் வன்நிகழ்வின் பின்னர், சாதி வேறுபாடுகளைப் பின்பற்றும் பொது உணவகங்களிடையே, முற்போக்கான சமத்துவ நடைமுறைகளைக் கொண்ட உணவகங்கள் நீடாமங்கலத்தில் உருவாகத் தொடங்கின. இவை பெரும்பாலும் சுயமரியாதைக்காரர்களால் தொடங்கப்பட்டவையே. இவ்வகையில் ‘வடைத்தட்டு’ ராதாகிருஷ்ணனின் ‘சமவுரிமை ஓட்டல்’. ஆர்.விசுவநாதனின் ‘பெரியார் உணவு விடுதி’, கடம்பூர் சிதம்பரத்தின் ‘திராவிடன் உணவு விடுதி’, எல்.வேணுவின் ‘சாதி ஒழிப்பு உணவகம்’ ஆகியன குறிப்பிடத்தக்கவையாகும்.

நீடாமங்கலம் அதற்குச் சற்றுத்தொலைவில் உள்ள முல்லைவாசல் போன்ற பகுதிகளில் அகம்படியர், வன்னியர் சாதியினர் அதிகம் உண்டு. பிற்படுத்தப்பட்ட வகுப்பில் ஆதிக்க, சக்திகளாக விளங்கும் இச்சாதிகளில் பிறந்த பலர் சு.ம. இயக்கத்தில் ஈடுபட்டிருந்தனர். வன்நிகழ்வின் போதும் அதன் பின்னரும் தாழ்த்தப்பட்ட மக்களுக்கு இவர்கள் பாதுகாப்பு அளித்து உதவி செய்து வந்தனர்.

நீடாமங்கலம் சாதிய வன்நிகழ்வினைத் தொடர்ந்து, அதற்கு நிவாரணம் தேடும் ஒரு முயற்சி என்ற அளவில் இஸ்லாம் மதத்திற்கு மாறும்படி சுயமரியாதை இயக்கம் கூறிவந்தது. ஆனால், இப்பகுதியில் தாழ்த்தப்பட்ட மக்கள் யாரும் இஸ்லாமானதாக தெரியவில்லை. தாழ்த்தப்பட்ட மக்களில் கணிசமானோர் கிறிஸ்தவர்களாக இருந்துவருவதும், சுயமரியாதை இயக்கத்தின் ஊடாகப் பிற்படுத்தப்பட்ட சாதிகளில் பிறந்த பலர் இம்மக்களோடு நெருக்கமாக இருந்துவருவதும் இதற்கான காரணங்களில் சிலவாக இருக்கலாம்.

வன்கொடுமை நிகழ்வின் பின்னர், நீடாமங்கலம் பகுதியைப் பொருத்து தாழ்த்தப்பட்டோருக்கும் பிற்படுத்தப்பட்டோருக்கும் சாதிய மோதல்கள் நிகழ்ந்ததாகத் தெரியவில்லை. அதே போல் மத அடிப்படையிலான மோதல்கள் நடந்ததாகவும் தகவல்கள் இல்லை.

வன்நிகழ்வின் பின்னர் நீடாமங்கலம் உள்ளாட்சி அரசியலில் சமூக சமத்துவம் சார்ந்து ஏற்பட்ட மாற்றங்கள் கவனத்திற்குரியவை. சாதியக் கொடுமையின் பின்வந்த ஒரு கால கட்டத்தில் பறையடிப்பது, பிணம் எரிப்பது போன்ற செயல்களைச் செய்யும் சாதியக் கட்டாயத்திற்கு உள்ளாகியிருந்த பாவாடை என்ற தாழ்த்தப்பட்ட தோழர் நீடாமங்கலம் ஊராட்சி உறுப்பினராக ஆக்கப்பட்டார். ஊராட்சி மன்றக்கூட்டத்தில் அனைவரோடும் அவருக்கு சரிஇருக்கை வழங்கப்பட்டது. அக்கால கட்டத்தில் (1946–1953) ஊராட்சி மன்றத்தலைவராக இருந்தவர், அவ்வூர் சு.ம. இயக்கத்தலைவரான அ. ஆறுமுகம் ஆவார். இவரே சாதியக் கொடுமையை முதன்முதலில் வெளி உலகு அறியச்செய்தவர் என்பது நினைவில் கொள்ளத்தக்கது. மேலும் இதே காலகட்டத்திற்குள் சேசஷாயி பிரதர்ஸ் எனும் தனியார் நிறுவனத்தால் நீடாமங்கலம் ஊராட்சிக்கு மின்சாரம் அறிமுகமாகியது. அப்போதே தாழ்த்தப்பட்டோர் குடியிருப்பு பகுதிகளுக்கும் அவ்வசதி நீட்டிக்கப்பட்டது.

சென்னை மாகாண முதலமைச்சர் சி.ராஜகோபாலாச்சாரியார் குலக்கல்வி திட்டத்தைக் கொண்டு வந்தபோது (1953) அதற்கு

எதிராகத் திராவிடர் கழகத்தின் சார்பில் ‘குலக்கல்வி எதிர்ப்புப் படை’ ஒன்று நீடாமங்கலம் அ. ஆறுமுகத்தின் தலைமையில் சென்னைக்குக் கிளம்பியது. அதே போல் இந்திய அரசியலமைப்பின் சாதி காக்கும் பகுதிக்குத் தீயிடும் போராட்டத்தைத் திராவிடர் கழகம் நடத்தியபோது, ‘சாதி ஒழிப்புப் பிரச்சாரப் படை’ ஒன்று இங்கிருந்து சென்னைக்குக் கிளம்பியது. அப்படைக்கும் நீடாமங்கலம் அ.ஆறுமுகமே தலைமை தாங்கினார். வன்கொடுமை நிகழ்வின் பின்னர், சாதிய எதிர்ப்புப் போராட்ட அரசியலில், நீடாமங்கலத்தின் பங்கை விளக்குவனவாக இந்நிகழ்வுகளைக் கொள்ளலாம்.

ஊராட்சியாக இருந்த நீடாமங்கலம் தற்போது பேரூராட்சியாக உள்ளது. வன்கொடுமை நிகழ்வின் பின்னர், ஒன்றிரண்டைத் தவிர அனைத்து உள்ளாட்சித் தேர்தல்களிலும் திராவிட அரசியல் கட்சிகளே வெற்றி பெற்றுள்ளன. பேரூராட்சிக்கான பகுதி (வார்டு) உறுப்பினர்களாக திராவிடர் கழகத்தவர்கள் பலர் தேர்ந்தெடுக்கப்படுவதும் இங்கு நிகழ்கின்றது.

நீடாமங்கல வன்கொடுமையை வெளியிட்டதால் சு.ம.இயக்க ஏடுகளின்மீது டி.கெ.பி.எஸ். உடையார் தொடுத்த மான நட்ட வழக்கில் சு.ம.இயக்கத்திற்குப் பல்வேறு வகையிலும் உதவி புரிந்தசர்ஏ.டி.பன்னீர்செல்வம் உடையார் சமூகத்தைச் சேர்ந்தவர். இவரது நூற்றாண்டு விழாவை முன்னிட்டு நினைவுக்கல்வெட்டு ஒன்றை 29–8–1988 அன்று திராவிடர் கழகப் பொதுச்செயலாளர் கி.வீரமணி திறந்துவைத்திருக்கிறார். அக்கல்வெட்டில் நீடாமங்கல சாதியக் கொடுமையும், அது தொடர்பான வழக்கில் பாதிக்கப் பட்டோருக்கு ஆதரவான வகையில் ஏ.டி. பன்னீர்செல்வம், அளித்த பங்களிப்பும் குறிப்பிடப்பட்டுள்ளன.

நீடாமங்கலத்தின் மையப்பகுதியில், முதன்மைச் சாலையில் இருக்கும் பெரியார் படிப்பகத்தின் முன்பாக, வன்கொடுமை நிகழ்ந்த ஏ.எஸ்.பி.ஆர். உடையாரின் மாளிகைக்குச் சுமார் 200 அடி தொலைவில், வெகுசனங்களின் கூட்டு மனதிற்கு என்றென்றும் நினைவூட்டிக்கொண்டிருக்கும்வகையில் இக்கல்வெட்டு நிற்கின்றது.

~~

பின்னிணைப்புகள்

பின்னிணைப்பு I

நீடாமங்கல வன்கொடுமை: 'விடுதலை', 'குடிஅரசு' பதிவுகள்

1. "ஹரிஜனங்களுக்கு" காங்கிரஸ் மரியாதை பந்தியில் இருந்து சாப்பிட்டவர்களுக்கு அடி, தலைமயிர் மொட்டை, சாணி அபிஷேகம், தென் தஞ்சை அரசியல் மகாநாடு அலங்கோலம். ('விடுதலை', 3–1–1938, ப. 2)

2. ஆம்பூர் ஆதிதிராவிடர் அபிவிருத்தி சங்கக் கூட்டம் காங்கிரஸ் செய்கைக்குக் கண்டனம். ('விடுதலை', 7–1–1938, ப. 3)

3. காங்கிரஸ் ராஜ்யத்தில் சித்ரவதை தாழ்த்தப்பட்டோர் கைகண்ட பலன், எம்.வி. சொக்கநாதன் வேண்டுகோள். ('குடிஅரசு', 9–1–1938, ப. 7, 14)

4. ஆதிதிராவிடனாய் பிறந்தபலன், நீடாமங்கலம் அநீதி ஜாதி இந்துக்கள் கொடுமை–ஆர். சுப்பிரமணியன் கட்டுரை. ('விடுதலை', 11–1–1938, ப. 4)

5. திருச்சி ஆதிதிராவிட மகாஜனசபை கண்டனக் கூட்டம் ('விடுதலை', 13–1–1938, ப. 2)

6. ஹரிஜன மந்திரிக்கும் மேயருக்கும் சவால், துணைத் தலையங்கம். ('விடுதலை', 14–1–1938, ப. 2)

7. "நன்றிகெட்ட காந்தியாரும், காங்கிரசும் ஒரு மிருக நாயை அடித்தால் அதன் எஜமான் கேட்கிறான், ஆனால் மனித 'பறைநாயை' அடித்தால் கேட்க ஆளில்லையா? தாழ்த்தப்பட்டவர்களுக்கு புத்தி வருமா? நீடாமங்கலம் காங்கிரஸ்காரர்களின் அநீதி" – டி. ஞானக்கண் (கட்டுரை) 'ஆதி–திராவிடன்', மறுவெளியீடு ('விடுதலை' 14–1–1938. ப. 2)

8. திருச்சி தாழ்த்தப்பட்டோர் பொதுக்கூட்டம் நீடாமங்கல சம்பவத்துக்குக் கண்டனம். ('விடுதலை', 15-1-1938, ப. 2)

9. 'ஹரிஜன' மந்திரிக்கும் மேயருக்கும் சவால் 'விடுதலை' (14-1-1938) துணைத்தலையங்கம், மறுவெளியீடு. ('குடி அரசு', 16-1-1938, ப. 11)

10. கோலார் தங்கவயல் கூட்டம் நீடாமங்கலம் செய்கை கண்டனம். ('குடி அரசு', 16-1-1938, ப. 13)

11. நீடாமங்கலத்தில் காங்கிரஸ் திண்டாட்டம். ('விடுதலை', 17-1-1938, ப. 3)

12. தஞ்சை ஜில்லாவில் பெரியார் ஈ.வெ.ரா. நீடாமங்கலத்தில் என்றுமில்லாக் காட்சி. ('விடுதலை', 17-1-1938, ப. 3)

13. காங்கிரஸ் மரியாதை பெற்ற ஹரிஜனங்கள் பி. சாமியப்பன், பி. உத்தராசி, ம. கோவிந்தசாமி, வீரமுத்து, முருகையா, சாமியப்பன், பேச்சிமுத்து ஆகியோர் பெரியார் ஈ.வெ.ரா. விடம் முறையீடு. நேரில் சமர்ப்பித்த யாதாஸ்து – நீடாமங்கலத்தில். ('விடுதலை', 19-1-1938, ப. 1)

14. காங்கிரஸ்காரர்களின் போக்கு பொய்க்கையெழுத்து வாங்கும் சூழ்ச்சி. ('விடுதலை', 19-1-1938, ப. 1)

15. புளுகுவது எது 'தினமணி'யா? 'விடுதலை'யா?, துணைத் தலையங்கம். ('விடுதலை' 19.1.1938. ப. 2)

16. பொய்! பொய்! பொய்! காங்கிரஸ்காரர்களின் மனதறிந்த பொய் – கே.ஆர்.ஜி. பால் கடிதம். ('விடுதலை', 20.1.1938. ப. 2)

17. கன்னிகாபுரம் ஆதிதிராவிடர் கண்டனக் கூட்டம் ('விடுதலை', 20-1-1938, ப. 2)

18. நீடாமங்கலத்தில் பெரியார் ஈ.வெ.ரா. பிரசங்கம் காங்கிரஸ் நாணயம் விளக்கம். ('குடி அரசு', 23-1-1938, ப. 2)

19. குன்னூர் பொதுக்கூட்டம் நீடாமங்கலம் விஷயமாக எழுந்த கேள்விக்கு தோழர் பெரியார் ஈ.வெ.ரா. ஆணித்தரமாக பதிலளித்தார். ('குடி அரசு', 23-1-1938, ப. 7)

20. பெரியார் ஈ.வெ.ரா. சுற்றுப் பிரயாணம், பொள்ளாச்சி பொதுக்கூட்டம் நீடாமங்கலத்தில் நடந்த அக்கிரமம் குறித்துப் பேசினார். ('குடி அரசு', 23-1-1938, ப. 7)

21. தஞ்சை ஜில்லாவில் பெரியார் ஈ.வெ.ரா. நீடாமங்கலத்தில் என்றுமில்லாக் காட்சி ('குடி அரசு', 23-1-1938, ப. 14)

22. 'தினமணி' புளுகுவாய்க்கு ஆப்பு. நீடாமங்கலம் செய்திக்கு மறுக்க முடியாத ருசு, மொட்டையடிக்கப்பட்ட தேவசகாயம் அத்தாட்சி, விவசாய மந்திரிக்கும் மேயருக்கும் மகஜர், போட்டோ பிடித்த கதை விளக்கம், வெள்ளைக் கடுதாசியில் கையெழுத்து வாங்கிய சூழ்ச்சி – தேவசகாயத்தின் முழுஉருவம் புகைப்படம். ('விடுதலை', 26–1–1938, ப. 1)

23. ஈரோட்டில் பொதுக்கூட்டம் நீடாமங்கலத்தில் நடந்ததென்ன? – கூட்ட விளம்பரம். ('விடுதலை', 27–1–1938, ப. 3)

24. ஈரோட்டில் பொதுக்கூட்டம் நீடாமங்கலத்தில் நடந்ததென்ன? – தோழர் தேவசகாயம் விளக்கம். ('விடுதலை' 29–1–1938, ப. 3)

25. தோழர் எம்.சி. ராஜா அவர்களுக்கு ஓர் விண்ணப்பம் – தோழர் அ. பொன்னம்பலனார். ('விடுதலை' 29–1–1938, ப. 2)

26. காங்கிரஸ் தமிழர்களுக்கு வேண்டுகோள்–கடம்பங்குளம் ப. நாராயணன் எழுதிய நீடாமங்கல வன்முறை குறித்த கண்டனக் கவிதை. ('குடிஅரசு', 30–1–1938, ப. 1)

27. ஈரோட்டில் பொதுக்கூட்டம் நீடாமங்கலத்தில் நடந்ததென்ன? தோழர் தேவசகாயம் சொற்பொழிவு மறுவெளியீடு. ('குடிஅரசு', 30–1–1938, ப. 9, 12)

28. தோழர் தேவசகாயத்தின் முழுஉருவப் புகைப்படம். (மறுவெளியீடு: 'குடிஅரசு' 30–1–1938. ப. 9)

29. நீடாமங்கல உண்மை, தலையங்கம். ('குடிஅரசு', 30–1–1938, ப. 10)

30. கனம் வி.ஐ. முனிசாமி பிள்ளைக்குச் சவால், நாகலிங்கம், c/o, 'விடுதலை', ஈரோடு. ('குடிஅரசு', 30–1–1938, ப. 11)

31. நீடாமங்கலத்தில் நடந்ததென்ன 'தினமணி'யில் வந்த மனமறிந்த வஞ்சகப் பித்தலாட்டப் புரட்டு. ('குடிஅரசு', 30–1–1938, ப. 14)

32. அநுமந்தபுரம் நாடகம். ('குடிஅரசு', 30–1–1938,ப. 18)

33. நீடாமங்கலத்தில் நடந்த கொடுமை யார் புளுகுவது 'தினமணி'யா 'விடுதலை'யா ('குடிஅரசு', 30–1–1938, ப. 19)

34. நீடாமங்கலம் அரசியல் மகாநாட்டில் நடந்த கொடுமை 'விடுதலை' ஆசிரியருக்கு அடிபட்ட தோழர்கள் தேவசகாயம், ரத்தினம், ஆறுமுகம் ஆகியோரின் கடிதம். ('விடுதலை', 1–2–1938, ப. 3)

35. நீடாமங்கலத்தில் இம்சிக்கப்பட்ட ஆதிதிராவிடத் தோழர் கே. ரெத்தினத்தின் முழு உருவப்படம். ('விடுதலை', 1-2-1938, ப. 3)

36. சேலத்தில் சுயமரியாதை இயக்க பொதுக்கூட்டம் நீடாமங்கலம் தோழர்கள் விளக்கம். ('விடுதலை', 1-2-1938, ப. 2)

37. 'நீடாமங்கல உண்மை', 'குடி அரசு' தலையங்கம். (மறுவெளியீடு, 'விடுதலை' 1-2-1938, ப. 4)

38. நீடாமங்கல அக்கிரமம் மொட்டையடித்த கதை பரியாரி விளக்கம், மொட்டையடிக்கப்பட்டவர்களின் பெயர் விபரம். 'விடுதலை' ஆசிரியருக்கு பரியாரி ஆறுமுகம் எழுதிய கடிதம். ('விடுதலை', 2-2-1938, ப. 3)

39. பரியாரி ஆறுமுகத்தின் முழுஉருவப் புகைப்படம் ('விடுதலை', 2-2-1938, ப. 3)

40. நீடாமங்கலம் கொடுமைக்குள்ளான ஆறுமுகம், ரெத்தினம், தேவசகாயம் ஆகியோர் சேர்ந்து நிற்கும் முழுஉருவப் புகைப்படம். 'தினமணி' வெளியிட்ட புகைப்படத்திற்கு மறுப்பாக வெளிவந்த புகைப்படம் இது. ('விடுதலை', 3-2-1938, ப. 3)

41. பெரம்பலூர் ஆதிதிராவிடர் கூட்டம், நீடாமங்கலம் கொடுமைக்கு கண்டனத் தீர்மானம். ('விடுதலை', 3-2-1938, ப. 4)

42. காங்கிரஸ் கூட்டத்திலேயே காங்கிரசுக்குச் சாவுமணி – பென்னாகரம் காங்கிரஸ் கூட்டம் நீடாமங்கலம் கொடுமை பற்றி கேள்வி. ('விடுதலை', 3-2-1938, ப.4)

43. 'தேவசகாயம் துக்க தினம்' தாழ்த்தப்பட்டோர் உண்ணாவிரதம், கறுப்புக்கொடி ஊர்வலம். நாமக்கல் தாலுகா தாழ்த்தப்பட்டோர் மகாஜன சபை நடத்தியது. ('விடுதலை', 4-2-1938, ப. 3)

44. மறுபடியும் நீடாமங்கலம்! நாமக்கல் சு.ம. சங்கத்தார் கண்டனம். ('விடுதலை', 4-2-1938, ப. 3)

45. ஆதிதிராவிடர் வாலிபர் சங்கம் பொதுக்கூட்டம் நாகப்பட்டணம், நீடாமங்கலம் கொடுமை கண்டனம். ('விடுதலை', 5-2-1938, ப. 4)

46. நீடாமங்கலம் கொடுமையைக் கண்டிப்பதற்காக ஆதிதிராவிட, சு.ம. அமைப்புகள் இணைந்து 7-2-1938இல்

நடத்த இருந்த சென்னை கண்டனப் பொதுக்கூட்டம் பற்றிய அறிவிப்பு ('விடுதலை', 5-2-1938, ப. 4)

47. 'விடுதலை'யில் வெளியான நீடாமங்கலம் தோழர்கள் ஆறுமுகம், ரெத்தினம், தேவசகாயம் ஆகியோரின் புகைப்படம், 'குடி அரசு' மறுவெளியீடு. ('குடி அரசு', 6-2-1938, ப. 1)

48. நீடாமங்கலத்தில் மொட்டையடித்த கதை, 'விடுதலை' ஆசிரியருக்கு ஆறுமுகம் எழுதிய கடிதம் மறுவெளியீடு, ('குடி அரசு', 6-2-1938 ப. 2)

49. 'தேசியப் பத்திரிகைகளுள் 'தினமணி' மட்டும் நீடாமங்கலம் உண்மையை மறைக்க முயற்சிப்பது ஏன்? – விமர்சனத் துணுக்குக் கேள்வி, 'அவியல்' பகுதி ஒரு கூறு. ('குடி அரசு', 6-2-1938, ப. 3)

50. 'தினமணி'யின் ஊளை 'விடுதலை' எழுதுவது, 'குடி அரசு' மறுவெளியீடு, ('குடி அரசு', 6-2-1938, ப. 4)

51. ஆச்சாரியார் ஆட்சியிலே! ... ஆதிதிராவிடர் பெற்ற பரிசு தலைமொட்டை அடி (நீடாமங்கலம் கொடுமை), விமர்சனத் துணுக்குகள் ('விடுதலை' வெளியிட்டது, மறுவெளியீடு 'குடி அரசு', 6-2-1938, ப. 9)

52. ஆத்திரப்பட்டு பயன் என்ன? ஆதிதிராவிடர்களுக்கு இஸ்லாம் மார்க்கமல்லாமல் விமோசனமெங்கே?, தலையங்கம். ('குடி அரசு', 6-2-1938, ப. 10)

53. ஓர் வேண்டுகோள் – சமூக நலம் விரும்பி நீடாமங்கலம் கொடுமை குறித்து மந்திரி முனிசாமி பிள்ளைக்கு நாகலிங்கம் c/o 'விடுதலை' ஈரோடு விடுத்த சவாலுக்கு என்ன பதில்? ('குடி அரசு', 6-2-1938, ப. 12)

54. தேவசகாயம், ரெத்தினம், ஆறுமுகம் ஆகியோர் 'விடுதலை' ஆசிரியருக்கு எழுதிய கடிதம், மறுவெளியீடு, ('குடி அரசு', 6-2-1938, ப. 19)

55. கே.ரெத்தினத்தின் முழுஉருவப் புகைப்படம் 'விடுதலை'யில் வெளிவந்தது. (மறுவெளியீடு 'குடி அரசு',6-2-1938, ப. 19)

56. லால்குடி, ஆதிதிராவிடர்கள் பொதுக்கூட்டம் நீடாமங்கல கொடுமைக்கு கண்டனம். ('விடுதலை', 7-2-1938, ப. 4)

57. குடியாத்தம் ஆதிதிராவிடர் சங்க கூட்டம் நீடாமங்கல கொடுமைக்கு கண்டனம். ('விடுதலை', 8-2-1938, ப. 4)

58. ஆம்பூர், ஆதிதிராவிடர் சங்க கூட்டம் நீடாமங்கல கொடுமைக்கு கண்டனம். ('விடுதலை', 9-2-1938, ப. 4)

59. 'ஹரிஜன' மந்திரிக்கு பகிரங்கக் கடிதம் எம்.எஸ். முத்துக்கருப்பையா, பொம்மிநாயக்கன்பட்டி. ('விடுதலை', 10-2-1938, ப. 1)

60. பம்பாய், தாராவி, தென்னிந்திய ஆதிதிராவிட வாலிபர் சங்கம் பொதுக்கூட்டம், நீடாமங்கலம் கொடுமைக்கு கண்டனம். ('விடுதலை', 10-2-1938, ப. 4)

61. 'நீடாமங்கலம் கொடுமை உண்மையே' பார்லிமெண்டரி காரியதரிசி பி.எஸ். மூர்த்தி சாட்சியம். ('விடுதலை', 12-2-1938, ப. 6)

62. ஓமலூர் தாலுகா 1வது சு.ம. மகாநாடு, நீடாமங்கலம் கொடுமைக்கு கண்டனம். ('விடுதலை', 12-2-1938, ப. 6)

63. திருச்சியில் ஆதிதிராவிடர் கூட்டம், நீடாமங்கலம் கொடுமைக்கு கண்டனம், ('விடுதலை', 12-2-1938, ப. 6)

64. காங்கிரஸ் கபட நாடகம் நீடாமங்கலம் கொடுமைக்கு கண்டனம், ஓமலூர் தாலுகா 1வது சு.ம. மகாநாட்டில் கான்பகதூர் கலிபுல்லா சாகிப் விளக்கம். ('குடிஅரசு', 13-2-1938, ப. 2)

65. 'எது பேடித்தனம்'? போளூரான் எழுதிய கட்டுரை, நீடாமங்கல வன்முறை பதிவு செய்யப்பட்டுள்ளது, ('குடிஅரசு', 13-2-1938, ப. 5)

66. ஓமலூர் தாலுகா 1வது சு.ம. மகாநாடு வரவேற்புக் கழகத் தலைவர் அர்த்தனாரி நீடாமங்கலம் கொடுமையை கண்டித்து உரை. ('குடிஅரசு', 13-2-1938, ப. 6)

67. ஓமலூர் தாலுகா 1வது சு.ம. மகாநாடு மகாநாட்டுத் தலைவர் கே.எம். பாலசுப்பிரமணியம் நீடாமங்கல சாதிய வன்முறையாளர்களை, ரோமாபுரி கொடுங்கோலன் நீரோவுடன் ஒப்பிட்டுப் பேச்சு. ('குடிஅரசு', 13-2-1938 ப. 7, 13)

68. 'மொட்டை அடித்த கேசுக்கு ஆஜராக சர் ஏ.டி.பி. தயார்', செய்தி. ('குடிஅரசு', 13-2-1938, ப. 10)

69. 'ஹரிஜன' மந்திரி கோஷ்டிக்கு வளையல் அனுப்புவோம், திருச்சி வரகனேரி தாழ்த்தப்பட்ட சமூகத்தைச் சேர்ந்த அ. ஜெபமாலையம்மாள் எழுதிய எச்சரிக்கைக் கடிதம். ('குடிஅரசு', 13-2-1938, ப. 14)

70. ஓமலூர் தாலுகா 1வது சு.ம. மகாநாடு, தேவசகாயம், ஆறுமுகம் பங்கேற்பு. ('குடி அரசு', 13-2-1938, ப. 15)

71. ஓமலூர் 1வது சு.ம. மகாநாடு, நீடாமங்கலம் கொடுமையைக் கண்டித்து தீர்மானம், 'விடுதலை' செய்தி. (மறுவெளியீடு 'குடி அரசு', 13-2-1938, ப. 16)

72. நீடாமங்கலம் சம்பந்தப்பட்ட அறிக்கை, 'ஹரிஜனங்களே! அவசரப் படாதீர்கள்' – எஸ்.சி. பாலகிருஷ்ணன், காங்கிரஸ் சட்டமன்ற உறுப்பினர். ('விடுதலை', 15-2-1938, ப. 2)

73. வேலூர் ஆதிதிராவிடர் மகாநாடு, நீடாமங்கலம் கொடுமைக்குக் கண்டனம். ('விடுதலை', 15-2-1938, ப. 4)

74. நீடாமங்கலம் சம்பவம் தொடர்பாக 'விடுதலை' மீது அவதூறு வழக்கு தொடரப்பட்டுவிட்டதால் நீடாமங்கலம் தொடர்பான கண்டனங்கள், கடிதங்களை 'விடுதலை'யில் பிரசுரம் செய்யும் தேவை நின்றுவிட்டது என்ற 'விடுதலை'யின் அறிவிப்பு. ('விடுதலை', 16-2-1938, ப. 2)

75. தஞ்சை ஜில்லா ஆதிதிராவிட ஜன சமூக அறிக்கை, நீடாமங்கலக் கொடுமை கண்டிப்பு. ('விடுதலை', 18-2-1938, ப. 4)

76. திருத்துறைப்பூண்டியில் மன்னார்குடி டிப்டி கலெக்டர் முகாமில் 'விடுதலை' மீது அவதூறு வழக்கு பதிவானது குறித்த செய்தி. ('குடி அரசு', 20-2-1938, ப. 4)

77. தூத்துக்குடி, ஈ.வெ.ரா. நாகம்மாள் வாசகசாலை ஆண்டுவிழா தேவசகாயம், ரெத்தினம், ஆறுமுகம் பங்கேற்பு. ('குடி அரசு', 20-2-1938, ப. 5, 15)

78. தூத்துக்குடி, பொதுக்கூட்டத்தில் பெரியார் ஈ.வெ.ரா. பேச்சு நீடாமங்கலம் கொடுமை கண்டிப்பு. ('குடி அரசு', 20-2-1938, ப. 9)

79. 'இதற்குப் பரிகாரம் என்ன?' 'குடி அரசு' தலையங்கம், நீடாமங்கலம் வழக்கு மற்றும் வழக்குநிதி பற்றிய குறிப்புகள். ('குடி அரசு', 20-2-1938, ப. 10, 12)

80. 'அவியல்' பகுதி, அகப்பையார் 'காங்கிரஸ்காரர்கள் ஹரிஜனங்களுக்கு செய்துவரும் நன்மைகளை நாம் கண்ணாரப் பார்த்துவிட்டோம்'. ('குடி அரசு', 27-2-1938, ப. 3)

81. வல்லம், சு.ம. பொதுக்கூட்டம் நீடாமங்கலம் ஆறுமுகம் மக்களிடையே உரை. ('குடி அரசு', 27-2-1938, ப. 10, 11)

82. தஞ்சை ஜில்லா 6வது சு.ம. மகாநாடு பள்ளி அக்ராகரம், நீடாமங்கலம் கொடுமை கண்டனம், வழக்கு நிதி வேண்டி தீர்மானம். ('குடிஅரசு', 27–2–1938, ப. 12)

83. தஞ்சை ஜில்லா சு.ம. பொதுக்கூட்டம், பள்ளி அக்ராகரம், நீடாமங்கலம் ஆறுமுகம், தேவசகாயத்தின் தந்தையும் மாமனாரும் கலந்துகொண்டனர். ('குடிஅரசு', 27–2–1938, ப. 13)

84. தஞ்சை ஜில்லா 6வது சு.ம. மகாநாடு தோழர் ஊ.பு.அ. சவுந்திரபாண்டியன் தலைமையுரை, நீடாமங்கலம் கொடுமை கண்டிப்பு. ('குடிஅரசு', 6–3–1938, ப. 4, 17)

85. 'சமவுரிமை ஹோட்டல்' – நீடாமங்கலம் சாதி, மத பேதமற்ற உணவு விடுதி. ('விடுதலை', 7–3–1938, ப. 4)

86. நீடாமங்கல வழக்கு, தஞ்சையில் நடந்தது. ('விடுதலை' 8–3–1938, ப. 3)

87. பெரம்பலூர் தாலுகா முதலாவது தாழ்த்தப்பட்டோர் மகாநாடு நீடாமங்கலம் கொடுமை கண்டனம். தேவசகாயம் மக்களிடையே உரை. ('விடுதலை', 8–3–1938, ப. 3)

88. பெரம்பலூர் ஆதிதிராவிட மகாநாட்டில் பெரியார் ஈ.வெ. ரா. உரை நீடாமங்கல கொடுமை கண்டிப்பு. 'பார்ப்பன பாம்புக்கு தேசீயப்பால்'. ('குடிஅரசு', 13–3–1938, ப. 8,14)

89. நீடாமங்கலம் வழக்கு விபரம் 'விடுதலை' செய்தி. (மறுவெளியீடு 'குடிஅரசு', 13–3–1938, ப. 16)

90. இலங்கை ஆதிதிராவிடர் மகாநாடு, கொள்ளுப்பிட்டி, கொழும்பு. "...காங்கிரஸ் மந்திரிகளிடம் ஆதிதிராவிடர்களுக்கு நம்பிக்கையில்லை. சு.ம. இயக்கத்தையே ஆதரிக்க வேண்டும்." தீர்மானம். ('குடிஅரசு', 27–3–1938, ப. 7)

91. எம்.ஸி.ராஜாவின் 'குடியுரிமையின் இடையூறுகளை நீக்கும் மசோதா', நீடாமங்கல வன்கொடுமை குறித்த மறைமுகக் குறிப்பு அடங்கியது. ('குடிஅரசு', 3–4–1938, ப. 13)

92. 'விடுதலை' மீது அவதூறு வழக்கு டி.கெ.பி.எஸ். உடையார் வாக்குமூலம். ('விடுதலை', 9–4–1938, ப. 2)

93. 'காங்கிரஸ் பார்ப்பனரல்லாத தோழர்களுக்கு!' நீடாமங்கலம் கொடுமை பற்றிய கண்டனக் கவிதை, கடம்பங்குளம் ப. நாராயணன் எழுதியது 'குடிஅர'சில் வெளியான இது மறுவெளியீடு செய்யப்பட்டது.(குடிஅரசு, 10–4–1938. ப. 1)

94. சாக்கோட்டை 2வது சு.ம. மகாநாடு தி.பொ. வேதாசலம் தலைமையுரை, நீடாமங்கலம் கொடுமை மறைமுகமாகக் கண்டிப்பு. ('குடி அரசு', 10-4-1938, ப. 2)

95. முன்னீர்பள்ளம் ஆதிதிராவிட அபிவிருத்தி சங்க கூட்டம், நீடாமங்கல கொடுமை கண்டிப்பு. ('குடி அரசு', 10-4-1938, ப. 17)

96. 'விடுதலை' அவதூறு வழக்கு டி.கெ.பி.எஸ். உடையார் சாட்சியம். ('விடுதலை', 11-4-1938, ப. 3)

97. 'விடுதலை' அவதூறு வழக்கு டி.கெ.பி.எஸ். உடையார் வாக்குமூலம். ('விடுதலை', 15-4-1938, ப. 3)

98. 'விடுதலை' அவதூறு வழக்கு சந்தான ராமசாமி உடையார் சாட்சியம் மதுரை முத்து மூப்பனார் குறுக்கு விசாரணை. ('விடுதலை', 18.4.1938, ப. 3)

99. நீடாமங்கலம் கேசு! சூசை வேண்டாமாம், நீதிமன்றத் தில் பெரியார் ஈ.வெ.ரா. காணப்படுதல். ('விடுதலை', 3-5-1938, ப. 2)

100. 'விடுதலை' மீது அவதூறு வழக்கு குற்றப்பத்திரிகை வாசிப்பு. ('குடி அரசு', 8-5-1938, ப. 15)

101. தோழர் முனிசாமி அவர்களுக்கு பகிரங்க கடிதம் (கற்பனை கடிதம்). ('குடி அரசு', 8-5-1938, ப. 12)

102. நீடாமங்கல வழக்கு கொழும்புவாசிகள் அளித்த நிதிப்பட்டியல். ('குடி அரசு', 22.5.1938, ப. 14)

103. 'விடுதலை'மீது அவதூறு வழக்கு, மாஜிஸ்திரேட் தீர்ப்பு விபரம். ('குடி அரசு', 19-6-1938, ப. 4, 18)

104. நீடாமங்கலத்துக்கு 'நீதி', தலையங்கம். ('குடி அரசு', 19-6-1938, ப. 10)

105. 'விடுதலை' மீது அவதூறு வழக்கு, தஞ்சை சப்-டிவிஷனல் மாஜிஸ்திரேட் தீர்ப்பு, செய்தி. ('குடி அரசு', 19-6-1938, ப. 12)

106. 'விடுதலை' அவதூறு வழக்கு தீர்ப்பை எதிர்த்து மேல்முறையீடு தாக்கல் செய்யவுள்ளது பற்றிய தகவல். ('குடி அரசு', 19-6-1938, ப. 12)

107. 'விடுதலை' அவதூறு வழக்கு தீர்ப்பை எதிர்த்து தஞ்சை செஷன்ஸ் கோர்ட்டில் மேல்முறையீடு தாக்கல் செய்த செய்தி. ('குடி அரசு', 26-6-1938, ப. 17)

108. 'நமது விண்ணப்பம்', தலையங்கம் நீடாமங்கல கொடுமை பற்றிய மறைமுகச் சுட்டல். ('குடி அரசு', 3.7.1938, ப. 11)

109. நீடாமங்கல வழக்கு நிதி செந்தூல்வாசிகள் பொருளுதவி பட்டியல். ('குடிஅரசு', 10–7–1938, ப. 14)

110. 'காங்கிரஸ் கபடத்தனம்', கவிதை கல்லிடைக்குறிச்சி டி.எம். பீர்முகம்மது எழுதியது. நீடாமங்கலம் கொடுமையை கண்டிக்கிறது இது. ('குடிஅரசு', 31–7–1938, ப. 1)

111. ஆர். சீனிவாசன் ஆதிதிராவிட சுயமரியாதை சங்கம் கூட்டத்தின் தீர்மானம், உரிகம், ஈ.டி. பிளாக், கோலார் தங்கவயல், நடக்க இருந்த சென்னை உபதேர்தலில் காங்கிரசைத் தாழ்த்தப்பட்டோர் தோற்கடிக்க வேண்டும் என்று தீர்மானம்; அதற்கான காரணங்களுள் ஒன்றாக 'நீடாமங்கலத்தில் தாழ்த்தப்பட்டோரை அக்கட்சி வன்முறையாக நடத்தியதை சுட்டிக்காட்டி நினைவுப்படுத்துகின்றது. (விடுதலை, 3–6–1943, ப.4)

112. 'விடுதலை' சந்தித்த வழக்குகள் கட்டுரை, நீடாமங்கல வழக்கு பற்றிய சில விபரங்கள். ('விடுதலை' பொன்விழா மலர், 15–11–1973, ப. 21, 22)

113. 'விடுதலை' வழக்கு அப்பீலில் அபராதம் குறைப்பு, அந்த நாளில் . . .' நீடாமங்கலம் வழக்கு தொடர்பாக சப்–மாஜிஸ்திரேட் தீர்ப்பை எதிர்த்து மேல்முறையீடு செய்தபோது தஞ்சை செஷன்ஸ் நீதிபதி முந்தைய அபராத தொகையை 200/–ரூபாவிலிருந்து 100/–ஆக குறைத்து அளித்த தீர்ப்பு விபரம். ('விடுதலை' 15–8–2009)

~

பின்னிணைப்பு II

பாதிக்கப்பட்டோர் வாக்குமூலம்

1

தேவசகாயம் வாக்குமூலம்

ஆண்டமாரே,

நாங்கள் நீடாமங்கலம் காங்கிரஸ் கூட்டத்திற்கு வேடிக்கை பார்க்கப்போனோம். அங்கு எல்லோரும் சாப்பாட்டிற்கு போகும்போது எங்களையும் கூப்பிட்டார்கள்; நாங்களும் சாப்பாட்டுக்கு போனோம். பந்தியில் உட்கார்ந்து சாப்பிட்டுக் கொண்டிருக்கும்போது எங்களை ஒரு சபாபதி உடையார் என்பவர் வந்து தலைமயிரைப் பிடித்து இழுத்து, "ஏண்டா பள்ளப்பயல்களா? உங்களுக்கு இவ்வளவு ஆணவமா, இந்தக் கூட்டத்தில் வந்து உட்கார்ந்து சாப்பிடலாமா?" என விறகுக்கட்டையால் அடித்தார்கள். அடி பொறுக்கமாட்டாமால் சிலர் ஓடி ஆற்றில் விழுந்து அக்கரைக்கு போய்விட்டார்கள். நாங்கள் சிலர் அடிபட்டுவிட்டு வீட்டுக்கு போய்விட்டோம். மறுநாள் நாங்கள் வயலில் அறுவடை அறுத்துக் கொண்டிருக்கும்போது "கூட்டத்தில் பந்தியில் உட்கார்ந்து சாப்பிட்டது யார், அவர்களை கொண்டுவா" என்று கிருஷ்ணமூர்த்தி அய்யர் வந்து சொன்னார். நான் போனேன். அப்போது அய்யர் "அவனை சும்மா கொண்டு வருகிறாயா? அடி படவாவை!" என்று சொன்னார். தலையாரி மாணிக்கம் தடிக்கம்பால் அடித்துக்கொண்டு வந்தார். அடி பொறுக்கமாட்டாமல் ஓட ஆரம்பித்தேன். என்னை பிடித்துக்கொண்டுவந்து விளாமரத்தில் கட்டிவைத்து மறுபடி 10 அடி தடிக்கம்பால் அடித்தார்.

நாட்டாமைக்கார அடைக்கலம், நாட்டாமை ராமன் ஆகியவர்களை அய்யர் கூப்பிட்டு இவனை அவிழ்த்துக் கொண்டுபோய் மொட்டை அடித்து சாணியை ஊத்திவிடு என்று சொன்னார். அந்த பிரகாரம் பரியாரி கதிர்வேல் மகன் ஆறுமுகம் மொட்டை அடித்தார். தலையாரி மாணிக்கம் சாணி ஊத்தினார். பிறகு நான் தலையை முழுகிவிட்டு வீட்டுக்கு போய்விட்டேன்.

நாலுநாள் சென்றபிறகு எங்களைப் பற்றி ஏதோ பேப்பரில் வெளிவந்ததாக நாட்டாமைக்கார அடைக்கலம், நாட்டாமைக்கார ராமன் ஆகியவர்கள் வந்து என்னையும் கதிர்வேல் மகன் ஆறுமுகம், பட்டி அருளானந்தம் மகன் சூசை ஆகியவர்களையும் ஆத்துக்கு அக்கரை புறமாக அய்யர் கூப்பிடுவதாக கூட்டிக்கொண்டு போனார்கள். உடையார் பங்களாவைச் சேர்ந்த வாழைக் கொல்லையில் எங்கள் மூன்று பேரையும் வைத்து போட்டோ படம் பிடித்தார்கள். அதன் பிறகு பங்களாவுக்கு கூட்டிவந்து எழுதாத காகிதத்தில் ஒவ்வொருவரிடமும் ஆறு கையெழுத்து வாங்கினார்கள். ஏதோ எழுதின காகிதம் சிலவற்றில் கையெழுத்து போட்ட பிறகு அய்யர் எங்களுக்கு மொத்தமாக 14 அணா கொடுத்தார். பிறகு உடையார் 1 ரூபாய் கொடுத்து, போய் கள்ளு குடித்துவிட்டு "வீட்டில் படுத்துக்கொள்ளுங்கள் யார் கூப்பிட்டாலும் போகாதீர்கள். எந்தவிதமான கையெழுத்தும் போடாதீர்கள். வீடு போய் சேருங்கள்" என்று சொன்னார். நாங்கள் போய் விட்டோம். எங்களுக்கு ஆளுக்கு 0–4–3 அணா வந்தது என்று பேசினார்.

ஈரோடு பொதுக் கூட்டத்தில் தேவசகாயம் உரை,
விடுதலை 29-1-1938

~

2

தேவசகாயம் அனுப்பிய முறையீடு

"தபஸ்ராயன் என்கின்ற தேவசகாயம் நான்தான்.

தென்தஞ்சை ஜில்லா நீடாமங்கலம் டி.கெ.பி. சந்தான ராமஸ்வாமி உடையார் பங்களாவில் 28-12-37இல் நடந்த 3வது அரசியல் மகாநாட்டிற்குச் சென்றிருந்தேன்.

**மத்தியானம் சுமார் பன்னிரண்டு மணிக்கு எல்லா ஜாதியாரும் சாப்பிடலாம் என்று சொன்னதின் பேரில் நானும் பள்ளப்பரியாரி கதிர்வேல் மகன் ஆறுமுகம், பழைய நீடாமங்கலம் காமாக்ஷி மகன் ரெத்தினம் நாங்கள் மூவரும் சமபந்தி போஜனத்தில் சாப்பிட்டோம்.*

சாப்பிட்டு முடியுமுன் எங்களை எழுந்து வரச்சொல்லி சந்தான ராமஸ்வாமி உடையார் ஏஜண்ட் சபாபதி உடையார் பக்கத்தில் கிடந்த சவுக்குக் கட்டையை எடுத்துக்கொண்டு *எங்கள் மூவரையும் அடித்தார்.*

எங்களால் அடிபொறுக்க முடியாமல் கத்தினோம்.

அப்பொழுது போலீஸ்காரர் வந்து எங்களை அடிக்காமல் தடுத்தார்கள்.

எங்களில் ரெத்தினம் என்பவன்தான் அடிதாங்க மாட்டாமல் வெண்ணாற்றில் விழுந்து அக்கரை ஏறி ஓடினான்.

மறுநாள் காலையில் வயலில் அறுவடை அறுத்துக்கொண்டு இருந்தோம்.

அனுமந்தபுரம் பண்ணை ஏஜண்டு கிருஷ்ணமூர்த்தி ஐயர் வயல் கரையில் வந்து நின்றுகொண்டு, 'நேற்றைய தினம் காங்கரஸ் மகாநாட்டில் நடந்த சமபந்தி போஜனத்தில் சாப்பிட்ட பயல்களைக் கொண்டுவா' என்று சொன்னார்.

உடனே தலையாரி மாணிக்கம் என்பவர் எங்களைக் கூப்பிட்டு, 'சாப்பாட்டுக்கா போனீர்கள்' என்று தடிக்கம்பால் அடித்தவாறு, விளாமரத்துக்குப் போங்கடா என்று எங்களைத் தள்ளினார்.

நாங்கள் விளாமரத்துக்குப் போனவுடன் என்னுடைய வேஷ்டியை எடுத்துப்போட்டு என்னை விளாமரத்தோடு கட்டி, தடிக்கம்பால் அடித்து நாட்டாமைக்கார அடைக்கலம், சின்ன நாட்டாமை ராமன் இருவரையும் கூப்பிட்டு 'இந்தப் பயல்களை அவிழ்த்துக்கொண்டு போய் முழுதும் மொட்டையடித்து வா' என்று கிருஷ்ணமூர்த்தி ஐயர் (ஏஜண்ட்) சொல்ல பள்ளப்பரியாரி கதிர்வேல் மகன் ஆறுமுகம்தான் எனக்கு மொட்டை அடித்தான்.

பிறகு தலையாரி சாணிப்பால் ஊற்றினார்.

பள்ளப்பரியாரி கதிர்வேல் மகன் ஆறுமுகத்துக்கு நாரயணசாமி அய்யர் கார்வாரி, கதிர்வேலைக் கூப்பிட்டு,

---

* அழுத்தங்கள் 'விடுதலை'யினுடையது.

'உன் மகன் ஆறுமுகத்திற்கு உச்சியில் கொஞ்சம் மயிர் வைத்து மொட்டை அடி ஏனென்றால் அவன் கலியாணம் செய்து கொள்ளப்போகும் மாப்பிள்ளை' என்று சொன்னார். உடனே கதிர்வேல் தன் மகனுக்கு மொட்டையடித்தான்.

பழைய நீடாமங்கலம் காமாக்ஷி மகன் ரெத்தினத்தை வெட்டியானை விட்டுக் கொண்டுவரச் சொன்னார்.

வெட்டியான் பழைய நீடாமங்கலம் போய் பொன்னுச்சாமி வீரமுண்டார் உதவியைக் கொண்டு காமாக்ஷி மகன் ரெத்தினத்தை அநுமந்தபுரம் கொண்டுவந்தார்கள்.

அய்யர் அவனுக்கும் மொட்டையடித்து சாணிப்பால் ஊற்றச் சொன்னார்.

அவர்களையும் அதேபோல் செய்தார்கள்.

*15–1–1938*இல் *12* மணிக்கெல்லாம் என்னையும் பரியாரி ஆறுமுகத்தையும் சூசையையும் பெரிய நாட்டாமை அடைக்கலம், சின்ன நாட்டாமை ராமன், என் தகப்பன் முக்கட்டைவேளாங்கண்ணி, ஏஜண்ட் கிருஷ்ணமூர்த்தி ஐயர் இவர்கள் நால்வரும் எங்கள் மூவரையும் நீடாமங்கலம் உடையார் பங்களாவுக்கு கூப்பிட்டுக் கொண்டுவந்து மாட்டுக்கொட்டகையில் சுத்தியிலும் நாட்டாமைக்காரர்கள் உட்கார்ந்துகொண்டு, எங்களை உட்கார்ந்துகொண்டு இருக்கும் படி சொன்னார்கள்.

மாலை சுமார் 5 மணிக்கு பக்கத்தில் இருந்த வாழைக் கொல்லையில் வைத்து எங்களை போட்டோ படம் பிடித்தார்கள்.

ஏதோ மூன்று கடுதாசியில் கையெழுத்து வாங்கிக் கொண்டார்கள். *பிறகு எங்களுக்கு ரூ. 0—14—0 ஏஜெண்ட் கிருஷ்ணமூர்த்தி அய்யர் கொடுத்தார்.*

பிறகு மற்றொரு மனுவில் கையெழுத்து வாங்கிக்கொண்டு சந்தான ராமஸ்வாமி உடையார் ரூ. 1—0—0 கொடுத்தார்.

யார் கூப்பிட்டாலும் போக வேண்டாம், வீட்டுக்கு நேரே போய்விடுங்கள் என்று சொன்னார்கள்.

நான் கையெழுத்துப் போடமாட்டேன் என்று ஏதாவது சொல்லியிருந்தால் என்னை அடித்துக் கொன்றுவிடுவார்களோ என்று பயந்து கையெழுத்துப் போட்டேன்.

எங்களை தினந்தோறும் ஏஜெண்ட் அய்யர் கூப்பிட்டு பயமுறுத்துகிறார்.

தான் சொன்னபடி செய்யாவிட்டால் நான் பயிறு வைத்திருக்கும் நிலத்தை அவரே... அறுத்துவிடுவார்போல் தெரிகிறது.

... ...

மேற்கண்ட சம்பவங்களைத் தங்களுக்குத் தெரிவித்துக் கொள்கிறேன்.

விவசாய மந்திரி வி.ஐ. முனிசாமி பிள்ளைக்கும்
மேயர் ஜெ. சிவஷண்முகம் பிள்ளைக்கும் தேவசகாயம்
அனுப்பிய முறையீடு

***விடுதலை*, 2–1–1939**

~

3

ஆறுமுகம் கடிதம்

'விடுதலை' பத்திராதிபர் அவர்கட்கு, ஈரோடு.

ஐயா,

நீடாமங்கலம் அரசியல் மகாநாட்டில் சமபந்தி போஜனத்தில் கலந்துகொண்டதற்காக என்னையும் என்னுடன் சேர்ந்த சுமார் 15, 20 பேர்களையும் தலைமயிரை மொட்டையடிக்கும்படி அநுமந்தபுரம் பண்ணை ஏஜண்டு கிருஷ்ணமூர்த்தி அய்யர் சொல்லியபடி நான்தான் எல்லோருக்கும் தலைமயிரை மொட்டையடித்தேன். எனக்கும் மொட்டையடிக்க வேண்டுமென்று சொன்னபொழுது என் தகப்பனார் அய்யர் முன் விழுந்து "என் மகனுக்கு கல்யாணம் பேசியிருக்குது. அவன் மயிரை மட்டும் மொட்டையடிக்க வேண்டாம்" என்று கெஞ்சினார். என் தலைமயிரைக் கொஞ்சமாவது முன்னும் பின்னும் எடுக்கும்படி என் தகப்பனிடம் சொன்னார். என் தகப்பன் எனக்கு முன்னும் பின்னும் தலைமயிரை சிரைத்தார். நான் மொட்டையடித்த சுமார் 20 பேர்களில் எனக்கு ஞாபகமுள்ளவர்கள் பெயர்கள் வருமாறு:

1) தேவசகாயம் 2) செல்வம் 3) துளசி 4) ராமையன் 5) கூத்தன் 6) செங்கோல் 7) சின்னப்பன் 8) எஸ். ஆரோக்கியம் 9) செல்வ ஆரோக்கியம் 10) சூசை மாணிக்கம் 11) கோபாலன் 12) வீரைய்யன் 13) சாமியப்பன் 14)பொ.ரெத்தினம் 15) கா.ரெத்தினம் 16) தங்கமுத்து 17) ஆறுமுகம்

எனக்கு மட்டும் கொஞ்சம் முன்னும் பின்னும் என் தகப்பன் மயிரை சிரைத்தார். மற்றும் இருவருக்கு அதாவது சின்னப்பன், தங்கமுத்து ஆகியவருக்கு கல்யாணமாக வேண்டியிருந்ததால் அவர்கள் கேட்டுக்கொண்டதால் முன்னும் பின்னும் கொஞ்சம் கொஞ்சம் சிரைத்தேன். இவைகள் முற்றும் உண்மையாகும். நீடாமங்கலம் சந்தான ராமசாமி உடையார் பண்ணையில் எடுக்கப்பட்ட போட்டோ படத்தில் நானும் நிற்கிறேன். என்னையும் மிரட்டி வெள்ளை பேப்பரில் கையெழுத்து வாங்கிக் கொண்டு நேரே சேரிக்குப் போகும்படி எச்சரித்து எங்கட்கு 0–14–0 அணா கொடுத்து அனுப்பியபொழுது சந்தான ராமசாமி உடையாரும் எங்கட்கு ரூ. 1–0–0 கொடுத்து வேறு யார் கூப்பிட்டாலும் போகாமல் நடந்தவற்றை பிறருக்குச் சொல்லாமல் நேரே சேரிக்குப் போகச் சொன்னார். நாங்கள் நேரே சேரிக்குப் போனோம்.

கே. ஆறுமுகம்

***விடுதலை*, 2–2–1938**

~

4

அடிபட்ட தோழர்கள் வாக்குமூலம்

'விடுதலை' பத்திராதிபர் அவர்கட்கு, ஈரோடு.

ஐயா,

நாங்கள் நீடாமங்கலம் அரசியல் மகாநாட்டுக்கு வேடிக்கை பார்க்கப் போயிருந்தோம். எங்களுடன் எங்கள் ஜாதிக்காரர்களும் வேடிக்கை பார்க்க வந்திருந்தார்கள். அன்று காலை மகாநாடு முடிந்ததும் மத்தியான சாப்பாட்டிற்கு எல்லோரும் போனார்கள். எங்களையும் கூப்பிட்டார்கள். நாங்கள் பயந்துகொண்டு வெளியில் நின்றோம். எல்லோரும் வரலாம் என்று 2, 3 தடவை எங்களைச் சாப்பிட வரும்படி அழைத்துப் போனார்கள். அங்கு நாங்களும் போய் சாப்பிட்டுக்கொண்டிருந்தோம். நாங்கள் சாப்பிட்டுக்கொண்டிருக்கும்பொழுது உடையார் பண்ணை ஏஜண்டு உடையார் வந்து தேவசகாயத்தின் தலையை நிமிர்த்திப் பார்த்துவிட்டு வெளியில் போய் விட்டார். நாங்கள் வெளியில் வந்தபோது எங்களை விறகை எடுத்துக்கொண்டு அடித்து ஓட ஓட விரட்டினார்கள்.

நாங்கள் ஆற்றில் விழுந்து உயிர் தப்பி ஓடி வந்து விட்டோம். மறுநாள் நாங்கள் அறுவடை செய்துகொண்டிருந்தபொழுது அநுமந்தபுரம் பண்ணை கிருஷ்ணமூர்த்தி அய்யர் வயலுக்கு வந்து "நேற்று மகாநாட்டில் போய் சாப்பிட்ட பயல்களையெல்லாம் இங்கே உதைத்துக் கொண்டுவா" என்று சொன்னார். எங்களை அடித்து ஓர் மரத்தில் கட்டச் செய்து தலைமயிரை மொட்டையடிக்கும்படி சொன்னார். உடனே சுமார் 20 பேர்கட்கு தலைமயிர் மொட்டையடித்தார்கள். இதில் கல்யாணமாகாத சிலருக்கு அரை மொட்டையடித்தார்கள். சாணிப்பால் ஊத்தினார்கள்.

இதன் பின் சில நாட்களுக்குப் பிறகு உடையார் பண்ணை ஏஜண்டு வந்து தேவசகாயம், ஆறுமுகம் ஆகிய எங்களிருவரையும் அவர் வாழைத் தோட்டத்திற்கு அழைத்துப் போய் படம் பிடித்தார்கள். எங்களிடம் வெள்ளைப் பேப்பரில் கையெழுத்துப் போடச்சொல்லி எங்கட்கு 0–14–0 கொடுத்தார்கள். பண்ணை உடையார் எங்களிடம் 1–0–0 கொடுத்து "நேரே வீட்டிற்குப் போ, வேறு யாராவது கூப்பிட்டால் போகாதே. இங்கு நடந்ததை வெளியில் சொல்லாதே. உங்களை யாரும் மொட்டையடித்து கஷ்டப்படுத்தியதாக எவர்களிடமும் சொல்லாதே" என்று சொல்லி அனுப்பினார்.

நாங்கள் பயந்துகொண்டு அவர்கள் சொன்னபடியெல்லாம் நடந்துகொண்டு எங்கள் சேரிக்கு வந்து விட்டோம். இது விபரங்கள் தங்கள் பத்திரிகை நிருபர் எங்களிடம் வந்து நடந்த உண்மைகளைச் சொல்லும்படியும் எங்கட்கு கஷ்டம் வராமல் வேண்டிய பாதுகாப்புகள் செய்வதாகவும் சொன்னார். நாங்கள் தைரியமாக நடந்த உண்மைகளை மறைக்காமல் வெளிப்படுத்துகின்றோம். நாங்கள் நடந்த உண்மைகளை சொல்லிவிட்டதற்காக எங்களை நீடாமங்கலம் உடையார் பண்ணை எஜமானும், அநுமந்தபுரம் அய்யர் பண்ணை எஜமானும் எங்கட்கு பலவித கொடுமைகள் இனியும் செய்வார்கள். எங்களைக் காப்பாற்ற வேண்டும்.

இப்படிக்கு,
தேவசகாயம்,
ரத்தினம்,
ஆறுமுகம்.

***விடுதலை*, 1–2–1938**

~

5

பெரியார் ஈ.வெ.ராவிடம் நேரில் அளித்த முறையீடு

சுயமரியாதை சங்கத் தலைவர் ராமசாமி பெரியார் அவர்களுக்கு, அடியில் கையொப்பமிட்ட எங்களுடைய வேண்டுகோளுக்கு செவிசாய்க்க வேண்டுமாய் கோருகிறோம். இன்றைய தினம் 'விடுதலை'க்கு மறுப்பு என்ற துண்டு நோட்டீஸ் கொடுத்தார்கள். 28–12–38ல் நீடாமங்கலத்தில் உடையார் அய்யா பங்களாவில் நடந்த காங்கிரஸ் மகாநாட்டுக்கு வேடிக்கை பார்க்க போயிருந்தோம். மகாநாடு கலைந்து சாப்பாட்டுக்கு போய் சமபந்தி போஜனம் செய்தோம். சாப்பிட்டுக்கொண்டிருக்கும்போதே எங்களோடு கூடயிருந்த தவஸ்காயத்தை பரிமாறினவர் குடுமியை பிடித்து அடிகள் ஆரம்பித்த உடன் நாங்களெல்லோரும் கலைந்து விட்டோம்.*

மகாநாடு நடந்த மறுதினம் அருமந்தபுரம் பண்ணை ஏஜண்ட் கிருஷ்ணமூர்த்தி அய்யர் அவர்கள் சந்தான ராமசாமி உடையார் அவர்களுடைய பேச்சை கேட்டுக்கொண்டு எங்களோடு சாப்பாட்டில் கலந்துகொண்ட ஆறுமுகம், தவஸ் மாணிக்கம், தவஸ்காயம் முதலியவர்களையும் இன்னும் சில பேர்களையும் தலையை ஒரு பக்கம் சிரைத்தும் சாணிப்பாலை வாயில் ஊற்றியும் அடித்து துன்புறுத்திவிட்டார்கள்.

இந்த தாழ்த்தப்பட்ட சமூகத்தை காங்கரஸ்காரரும் அவமான படுத்தி வருகிறார்கள். நாங்கள் இந்த கொடுமையிலிருந்து எங்களை மீட்பதற்கு தங்களை தவிர வேறொருவரும் இல்லையென்றே எண்ணும்படியான நிலைமைக்கு வந்துவிட்டோம். ஆகவே தங்களுடைய வாழ்நாளிலேயே எங்களுடைய விமோசனத்தை அடையும் மார்க்கத்தை காண்பிக்கும்படி மன்றாடி வேண்டிக் கொள்கிறோம்.

பி. சாமியப்பன்	*(கையெழுத்து)*
பி. உத்தராசி	”
ம. கோவிந்தசாமி	”
வை. வீரமுத்து	”
முருகையா	”
சாமியப்பன்	*(ரேகை)*
பேச்சிமுத்து	”

***விடுதலை*, 19–1–1938**

* மூல ஆவணத்தில் 37 என்பது 38 எனத் தவறாக அச்சாகி உள்ளது.

பின்னிணைப்பு III

சட்டமன்றத்தில் கேள்வி

Question.

Mr. J. Sivashanmugham Pillai
Home Department.

554. Will the Hon. the Prime Minister be pleased to state:

a) Whether it is a fact that about a fortnight ago at a dinner held in the house of one Mr. Santhana Ramaswami Udayar at Needamangalam, several Adi-Dravidas were beaten for having presumed to take part in a dinner and driven away by force.

b) Whether the persons who were beaten were farm servants of one Mr. Krishnamurthy Ayyar of Anumanthapuram and whether on the next day Mr. Krishnamurthi Ayyar had them shaved and beaten and otherwise ill-treated; and

c) Whether the Police came to know of these incidents and if so, why they have not taken any action against the ... persons responsible for these atrocities?

Clauses (a) & (b).

It is reported that three Harijan farm servants of Hanumanthapuram Krishnamurti Iyer took part or sat down for dinner on 28th December 1937 given under the auspices of the South Tanjore Congress District Conference. It is reported that on account of the prevailing custom as to restrictions in respect of eating in mixed company some trouble arose, and that one of the Harjans was seen running away followed by objectors. The Circle Inspector of Police who saw the man running, pursued by others, suspecting that he might have committed a theft stopped him, but let him go on his explaining what had happened. The pursuers also went away. From information received as a result of enquiry made, it does not apper to be true that any of the Harijans were beaten or ill-treated as alleged. No criminal complaint was lodged by anyone either before the magistrate or to the police with a view to take action for any cognizable offence. Nearly a month after the date of the occurrence, a man called Devasahayam made a statement before the Circle Inspector of Police asking for protection against molestation, but this was not a complaint that could be registered in respect of any occurrence. Necessary instructions were issued for the protection sought and there was no trouble whatsoever.

Apart from the reports, stories, pictures, allegations and denials that have appeared in the newspapers no one has sought any judicial enquiry through a prosecution. The allegations made do not lead to any useful and relaible conclusion, nor does the government think it necessary to pursue the matter. They are aware of the strong objection to inter-dining still prevaling in the rural parts and it cannot be claimed that these prejudices have disappeared as a result of propaganda in favour of reform. The allegations of ill- treatment in this case, however, appear to be exaggerated if not wholly unfounded.

G.O. No.1593, Public,
Dated 11-10-1938

பின்னிணைப்பு IV

‘குடிஅரசு’ பார்வையில்

1

நீடாமங்கல உண்மை

நீடாமங்கலத்தில் நடந்த தென் தஞ்சை ஜில்லா 3-வது அரசியல் மாநாட்டில் ஆதிதிராவிட தோழர்கள் சிலர் சாப்பாட்டுப் பந்தியில் கலந்து கொண்டதற்காக அவர்களை துன்புறுத்தி மொட்டையடித்து சாணி ஊற்றிக் கொடுமை செய்து தண்டித்த நடத்தையைப் பற்றி அவர்கள் பெயர்கள் உட்பட நமக்கு கிடைத்த உண்மையான சேதி ‘விடுதலை’ ‘குடிஅரசு’ பத்திரிகைகளில் வெளியாக்கப்பட்டதை வாசகர்கள் உணர்ந்திருக்கலாம். ஆனால் அதை காங்கரஸ் தோழர்கள் கவனித்து சமாதானம் சொல்லாமல் நடந்த விஷயத்தையே அடியோடு மறுத்துக் கூறுவதுடன் அவற்றைப் பொய்யாக்கிக் காட்ட தப்பான வழியில் முயற்சித்து வருவது மிகவும் வெருக்கத்தக்கதாகும்.

பொறுப்புள்ள ஆதிதிராவிட சமூகப் பிரமுகர்களுங்கூட இவ்விஷயத்துக்காகத் துக்கப்படாமல் பரிகாரம் தேட முயற்ச்சிக்காமல் எதிரிகளுடன் சேர்ந்துகொண்டு அடியோடு மறைக்க ஆசைப்படுவது மிக மிக வெறுக்கத்தக்கதும் கண்டிக்கத்தக்கதுமான செய்கையாகும். ‘விடுதலை’யில் இது விஷயமாய் வெளியான சேதிகளுக்கு 15 நாள் பொறுத்து, நாட்டில் கிளர்ச்சி ஏற்பட்ட பிறகு அடிபட்ட உதைபட்ட மொட்டை அடித்து சாணி அபிஷேகம் செய்யப்பட்ட ஆதிதிராவிட மக்கள் சிலரைப் பிடித்துக்கொண்டு வந்தும் மிரட்டி அம்மாதிரியான காரியம் ஒன்றுமே

நடக்கவில்லையென்று எழுதிக் கொண்டு அதில் அவர்களது கையெழுத்து வாங்கி அதில் சேராதவர்களின் போட்டோவையும் வாக்குமூலத்தையும் பத்திரிகைகளில் போட்டு மக்களை ஏமாற்றப் பார்ப்பதுடன் “விடுதலை பத்திரிகை பொய்யான சேதியை வெளிப்படுத்திற்று” என்று தலைப்புக் கொடுத்து சேதி போடுவது என்றால் இக்கூட்டத்தார் தீண்டாமை ஒழிக்கவோ ஆதிதிராவிடர்களை சமமாக நடத்தவோ ஆசைப்படுகிறார்களா அல்லது பழைய ராமராஜியப்படி சாமி கும்பிட்டதற்காக ஒரு பார்ப்பனரல்லாதவனின் தலையை வாங்கியது போல் பக்கத்தில் உட்கார்ந்து சாப்பிட்டதற்காக அவனை கொலை செய்ய வேண்டும் என்ற உணர்ச்சியை கிளப்புகிறார்களா என்று பயப்பட வேண்டியிருக்கிறது.

தஞ்சை ஜில்லாவில் ஆதிதிராவிடர்களின் நிலைமை இந்திய சமதர்மவாதிகளும் தேசீயவாதிகளும் தேசபக்தர்களும் அறியவேண்டிய காரியமாகும். தஞ்சை ஜில்லாவில் ஆதிதிராவிடர்கள் நிலைமை பழைய கால அடிமைத்தன்மையே ஆகும். அங்குள்ள நிலங்களில் உள்ள மரங்கள் எப்படி அந்த நிலக்காரனுக்கு சொந்தமோ அது போலவும், அந்த நிலம் விற்கப்பட்டால் எப்படி மரமும் வாங்கினவனுக்கு சேருமோ அது போலவும், ஒவ்வொரு நிலத்துக்கும் சில ஆதிதிராவிட மக்கள் அடிமைகளாக இருந்து பூமி கைமாரியவுடன் அவர்களும் கூடவே பூமியை விலைக்கு வாங்கினவனுக்கு அடிமையாவது இன்றும் வழக்கம். அந்த ஆதிதிராவிடன் அந்த வயல் நிலத்தில் வயல்காரனுடைய கருணையால் குடியிருக்க வேண்டியவனாவான். நந்தன் கதையில் உள்ளது போல் அந்தந்த வயலுக்கு அங்கங்கிருக்கும் ஆதிதிராவிடனே பரம்பரை பண்ணை ஆளாக இருக்க வேண்டியவனாவான். அவனுடைய சகல சுதந்திரமும் வாழ்வும் மிராசுதாரர் என்று அழைக்கப்படுகிற பூமிக்குடையவனை சேர்ந்ததாகும். பூமிக்குடையவன் அவனை அடித்தாலும் உதைத்தாலும் வேறு என்ன கொடுமை செய்தாலும் கேட்பதற்கு யாருக்கும் உரிமை கிடையாது. அந்த மிராசுதாரன் மீது பிராது செய்யவும் எவனும் துணியமாட்டான். அப்படி ஏதாவது பிராது செய்துவிட்டால் அவனுக்கு வேறு போக்கிடம் கிடையாது. அப்படிப்பட்டவன் குடியிருக்க இடமில்லாமலும் சாப்பாட்டுக்கு வகை இல்லாமலும் பட்டினி கிடந்து தெருவில் செத்துக்கிடக்க வேண்டியதுதான். வேறு மிராசுதாரன் இதற்கு சிபாரிசுக்கு வரவோ ஆதரிக்கவோ ஆரம்பித்தால் பிறகு அவனது அடிமையை அவன் மீது ஏவிவிட்டுவிடுவார்கள். ஆதலால் மிராசுதார் கொடுமைக்கு ஆளாக இஷ்டப்படவில்லையானால் ஒரு ஆதிதிராவிடன் மலாய் நாட்டுக்கோ மோரீஷிக்கோ ஓட

வேண்டியதுதானே தவிர அவனுக்கு அந்நாட்டில் போக்கிடம் கிடையாது. ஆதலால் அங்கு ஆதிதிராவிடர்கள் மிருகங்களிலும் கேவலமாக கருதப்படுகிறார்கள்.

இதனாலேயே சிங்கப்பூர், மோரீஷ், கஞ்சிபார் முதலிய தீவுகளில் அதிகம் தஞ்சை ஜில்லா ஆதிதிராவிடர்களே கூலிகளாய் ஓடிப்போய் இருக்கிறார்கள். இந்த விஷயத்தை உணர்ந்த ஜஸ்டிஸ் கட்சிக்காரர்கள் தஞ்சை ஜில்லா ஆதிதிராவிடர்களுக்கு குடிஇருக்க நிலம் வாங்கிக் கொடுக்கும்படி சர்க்காரில் ஏற்பாடு செய்தார்கள். அது சமயம் தஞ்சை மிராசுதாரர்கள், பார்ப்பனர்கள் உள்பட கூப்பாடு போட்டதால் அக்காரியம் சரிவர நடத்தப்பட முடியாமல் போய்விட்டது. இந்த நிலையில் அவர்கள் இவ்வளவு இழி நிலைக்கும் கஷ்டத்துக்கும் ஆளாகி வருகிறார்கள். இதைப் பற்றி கவனிக்க இந்த காங்கிரஸ் ராஜியத்தில் யாரையும் காணோம். ஆதிதிராவிட மந்திரி கனம் முனிசாமி பிள்ளை அவர்கள் இந்தக் கொடுமையை மறைக்க உடந்தையாய் இருப்பதும், இக்குறைகளை நிவர்த்திசெய்ய முயற்சிக்காமல் இருப்பதும் யோக்கியமாகுமா என்று கேட்கவேண்டி இருக்கிறது.

இந்த லட்சணத்தில் கனம் முனிசாமி பிள்ளை அவர்கள் திருநெல்வேலியில் இதை மறைத்துப் பேசும்போது நீடாமங்கல சேதி பொய்யென்றும் அயோக்கியத்தனமான விஷமப் பிரசாரமென்றும் பேசியிருக்கிறார். இவர் ஆதிதிராவிடர்களுக்கு யோக்கியமான பிரதிநிதியா என்று கேட்கிறோம். அப்படி இருந்தும் அவர் அதே சமயத்தில் தன்னை அறியாமலே வேறு ஒரு உண்மையை கக்கி விட்டார்.

அதாவது, அங்கு அவர் பேசுகையில் "திருப்பதியில் ஒரு ஆதிதிராவிடன் சாமி கும்பிட்டதற்காக அவனை அடித்து துன்புறுத்தினார்கள். இது நியாயமா?' என்று கேட்டிருக்கிறார்கள். இந்தச் சேதி 21–1–38ஆம் தேதி தினமணி 8ம் பக்கம் 4வது கலத்தில் இருக்கிறது.

மற்றும் கனம் முனிசாமி பிள்ளை மதுரை கள்ள அழகர் கோவிலில் வெளியில் இருந்து சாமி தரிசனம் செய்ததற்காகவும் அது சமயம் கோவில் அதிகாரிகள் அவருக்கு மரியாதை செய்ததற்காகவும் கோவில் அதிகாரிகள் பேரில் நடவடிக்கை நடத்துவதாக சொல்வதல்லாமல் கோவில் சுத்தம் செய்ய வேண்டுமென்றும் இந்த மாகாண மதுரை வருணாச்சிரம சுயராஜ்ஜிய சங்கத் தலைவர் தோழர் மதுரை நடேச சாஸ்திரியார் அவர்கள் கோவில் அதிகாரிகளுக்கு நோட்டீஸ் கொடுத்திருக்கிறார். கனம் மந்திரிக்கு இதைப் பற்றி கண்டித்தெழுதி இருக்கிறார். இந்த

26-1-30 தேதி *இந்து* பத்திரிகையில் 8 பக்கம் 6வது கலத்தில் இருக்கிறது.

மற்றும் தோழர் கனம் முனிசாமி பிள்ளை அவர்கள் "வேறு மதத்திற்கு போனால்தான் ஆதிதிராவிடர்களுக்கு சட்ட உரிமை கிடைக்கும்" என்பதாகவும் அங்கு பேசி இருக்கிறார்.

ஆகவே அவர் தங்கள் சமூகங்களுக்கு இந்து மேல் ஜாதியார்களும் குறிப்பாக பார்ப்பனர்களும் செய்யும் கொடுமையை உணர்ந்துகொண்டே 500 ரூ சம்பளத்துக்கும் 300 ரூ படிக்கும் பார்ப்பனர்களுக்கு – மேல் ஜாதியாருக்கு வக்காலத்து பேசுகிறார் என்றுதான் சொல்ல வேண்டியிருக்கிறது. இந்த லக்ஷணத்தில் நீடாமங்கலம் சேதியை 'விடுதலை' பிரசுரித்திருப்பதற்காக அதன் பிரசுரகர்த்தா தோழர் E.V. கிருஷ்ணசாமி மீதும் ஆசிரியர் தோழர் S. முத்துசாமி பிள்ளை மீதும் நடவடிக்கை எடுத்துக்கொள்ளப் போவதாக தஞ்சை வக்கீல் தோழர் கே.டி. பாலசுப்பிரமணிய அய்யர் பி.ஏ., பி.எல்., அவர்கள் ஒரு உடையாருக்காக நோட்டீசு கொடுத்திருக்கிறார்கள். தோழர் சந்தான ராமசாமி உடையார் அவர்கள் சிறுவயது. சுமார் 20 வயதே இருக்கும். அவரை இந்தப் பார்ப்பனர்கள் சுவாதீனப்படுத்திக்கொண்டு அவர்களது பணத்துக்கு தாறுமாறாக செலவு வைப்பதுடன் சிவில் கிரிமினல் கோர்ட்டுகளில் நடவடிக்கை எடுத்துக்கொள்ளுவதாகவும் நம்மைப் பயமுறுத்துகிறார்கள். உண்மையில் நாம் இவ்விஷயத்தில் எந்த தனிப்பட்ட நபரிடமோ தனிப்பட்ட ஜாதியாரிடமோ குரோதம் வைத்தோ குறைவுபடுத்த எண்ணம் வைத்தோ இவ்விஷயங்களை எழுதுவதில்லை. பேசுவதில்லை. சம்மந்தப்பட்ட நபர்களைப் பற்றி நமக்கு விஷயமும் தெரியாது, அறிமுகமும் கிடையாது. ஆனால் இந்த 20வது நூற்றாண்டில் பிரிட்டிஷ் சர்க்கார் இந்த நாட்டில் ஆட்சி செய்யும்போது பந்தியில் உட்கார்ந்து சாப்பிட்டதற்கு அடித்து துன்புறுத்தி மொட்டையடித்து சாணி அபிஷேகம் செய்துவிட்டு இந்த விஷயத்தை வெளிப்படுத்தினதற்கு நம்மீது சிவில் கிரிமினல் நடவடிக்கை எடுத்துக்கொள்ளுவது என்றால் இந்த நாட்டில் மக்கள் வாழ முடியுமா என்று பயப்பட வேண்டியிருக்கிறது.

துன்புறுத்தப்பட்ட தோழர்களான பலர் இனி அந்த கிராமத்தில் வாழமுடியாதென்று வேறு ஊருக்கு ஓடிவிட்டார்களாம். அவர்களது வாழ்வுக்கு உதவி செய்ய வேண்டிய பொறுப்பும், இது வெளியிட்டதற்கு ஆக சிவில் கிரிமினல் கோர்ட்டுகளில் நடவடிக்கைகளுக்கு சமாதானம் சொல்ல வேண்டிய பொறுப்பும், அதற்காக 1000, 2000 ரூபாய்கள் செலவிட வேண்டிய பொறுப்பும் நம் தலையில் விடியும் போல் இருக்கிறது. ஆகவே பொது மக்கள்

நமது நிலைமை எவ்வளவு கஷ்டமாயிருக்கிறது என்பதையும், காங்கிரஸின்தன்மை மேல்ஜாதியாரின் யோக்கியதை அவர்களடைந்த சுயராஜ்யத்தின் போக்கு எப்படி இருக்கிறது என்பதையும் ஊன்றி கவனித்து பார்க்கும்படி தெரிவித்துகொள்ளுகிறோம்.

தலையங்கம், *குடிஅரசு*, 30–1–1938

2

ஆத்திரப்பட்டு பயன் என்ன? ஆதிதிராவிடர்களுக்கு இஸ்லாம் மார்க்கமல்லாமல் விமோசனமெங்கே?

சுயமரியாதை இயக்கமானது நாஸ்திகத்தையும் மதங்கள் ஒழிப்பையும் கொள்கையாகக் கொண்டிருக்கவில்லை என்பது பல தடவை விளக்கப்பட்ட விஷயமாகும். ஆனால் சுயமரியாதை மாநாடுகளில் "மக்கள் சுதந்திரமும் ஒற்றுமையும் சுயமரியாதையையும் பெற்று சமூகம் பொருளாதாரம் அரசியல் ஆகிய துறைகளில் சமத்துவமும் சமஉரிமையும் விடுதலையும் பெற வேண்டுமானால் மதங்கள் ஒழிக்கப்பட வேண்டும்" என்பதாகவும் இந்தக் கருத்தைக் கொண்டதாகவுமான பல தீர்மானங்கள் நிறைவேற்றப்பட்டிருப்பதுடன் பல சுயமரியாதைத் தோழர்கள் தங்கள் தங்களை பொறுத்தவரையில் ஜாதி மதம் முதலியவைகளை விட்டு விலகி அனுபவத்திலும் அதற்கு ஏற்றது போல் நடந்து வருகிறார்கள்.

இந்தக் கருத்தை அனுசரித்தே இந்த தத்துவத்தை அமுலில் கொண்டுவரவே இந்தியாவில் வெகுகாலத்திற்கு முன்னிருந்தே பல பெரியார்கள் முயற்சித்து அதற்கு ஏற்ற பல காரியங்கள் செய்தும் வந்திருக்கிறார்கள். சுமார் 100 வருஷங்களுக்கு முன் வங்காளத்தில் 'பிரம்ம சமாஜம்' என்னும் ஒரு ஸ்தானத்தை தோற்றுவித்த பெரியார்களும் ஜாதி மதம் ஆகியவை ஏதும் இல்லை என்றும் மக்கள் யாவரும் பிறவியில் சமம் என்றும் சொல்லி அக்கொள்கைக்கு பிரசாரம் செய்து கடசியாக ஜாதிமதமற்ற ஒரு ஸ்தாபனமாக அதை கையாண்டு இந்தியாவில் பல இடங்களிலும் அதற்கு கிளை ஸ்தாபனங்கள் ஏற்படுத்தி பல ஆயிரக்கணக்கான மக்களை அக்கொள்கையைத் தழுவச் செய்துமிருக்கிறார்கள்.

இந்து மத மென்பதிலும் ஞானமார்க்க மென்றோ வேதாந்த மார்க்கமென்றோ சொல்லப்படுபவைகளில் தத்துவங்களில் மதம் ஜாதி எதுவும் இல்லை என்பதும் மற்றும் மக்களும் மற்ற

ஜீவராசிகளும் ஒன்றுபோல் பாவிக்கப்பட வேண்டியவை என்பதும் இடம் பெற்றிருப்பது யாரும் அறியாததல்ல.

மேலும் இந்து மதம் என்பதில் உள்பட்ட சைவம் வைணவம் என்பதிலும் மக்களுக்கு தனி ஜாதியோ மதமோ இல்லை என்றும், 'சர்வம் விஷ்ணுமயம் ஜெகத்' என்றும் 'சர்வம் சிவமயம் ஜெகத்' என்றும் சொல்லப்படுவதோடு இருசாராரும் சமரசமும் சன்மார்க்கமுமே மதமல்லாமல் மற்றெவ்வித மதமோ சமயமோ மார்க்கமோ இல்லை என்பதும் யாவரும் உணர்ந்ததேயாகும்.

ஆகவே சுயமரியாதைக்காரர்கள் மதங்கள் ஒழிய வேண்டும் என்று சொல்வதில் இந்து மதக்காரர்கள் என்று சொல்லிக் கொள்பவர்களில் தங்களை மாத்திரம் மனித சமூகத்தில் உயர்ந்த பிறவி என்று ஏற்படுத்திக்கொண்டு மற்ற மக்களை பலபடிகளாக தாழ்த்தித் தாழ்த்தி பிரித்துவைத்து மக்கள் ஒன்றுசேருவதற்கில்லாமல் செய்து அதன் பலனாய் தாங்கள் பாடுபடாமல் வயிறு வளர்த்து உயிர் வாழ்க்கை நடத்தும் கூட்டத்தார் மாத்திரம் 'மதம் போகின்றதே, மதம் போய்விடுமே, மதம் போச்சே' என்று கூப்பாடு போடலாமே ஒழிய மதங்கள் போகாமலிருக்க என்று பாடுபடலாமே ஒழிய மற்ற எந்த பிரிவு இந்துவுக்கும் எந்த உட்பிரிவு மார்க்கத்தாருக்கும் கவலைப்பட அவசியமில்லை என்பதே நமதபிப்பிராயம். ஆகையால் சுயமரியாதைக்காரர்களின் மதமொழிப்புப் பிரசாரத்தால் உலகுக்கு எவ்வித கெடுதியும் ஏற்பட்டுவிடும் என்றும் எந்த இந்துவும் பயப்படவேண்டியதில்லை என்றே கருதுகிறோம்.

சுயமரியாதை இயக்கம் ஏற்பட்ட பிறகு இந்துக்களில் மலையாளத்தில் ஒரு பெரும் வகுப்பாராகிய ஈழுவ சமூகத்தார் தங்கள் சமூக மகாநாடுகளிலும் அச்சமூக வாலிபர்கள் மகாநாடுகளிலும் மதமொழிக்கும் பிரச்சினையை கொண்டுவந்து நன்றாக ஆலோசித்து இந்து மதத்தையே தங்கள் சமூகம் விட்டு விட்டதாக தீர்மானங்கள் செய்தார்கள். அதுபோலவே பம்பாய் ஆதிதிராவிட சமூகத் தலைவராகிய டாக்டர் அம்பேத்கார் அவர்கள் ஆதிதிராவிடர்கள் இந்துமதத்தைவிட்டுவிட வேண்டியது என்றும் தீர்மானம் செய்து இருக்கிறார் என்றாலும் சுயமரியாதை இயக்கம் ஏற்படுவதற்கு ஏறக்குறைய 500, 1000 வருஷகால முன்பிருந்தே இந்தியாவில் கோடிக்கணக்கான மக்கள் இந்து மதத்தை விட்டு அந்நிய மதத்தை ஏற்றுக்கொண்டும் வந்திருக்கிறார்கள்.

அந்நிய மதக்காரர்கள் யாராவது இந்து மதத்துக்கு வந்திருக்கிறார்களா என்று பார்த்தால் அது எண்ணிக்கைக்கு மிகமிகச் சுருக்கமாய் இருக்கும் என்பதோடு அப்படிச்

சேர்க்கப்பட்டவர்களுக்கு இந்துமதத்தில் என்ன அந்தஸ்து என்பது இன்னமும் முடிவு செய்யாததும் அரசியல் காரணங்களுக்காக அப்படிப்பட்டவர்களை இந்துக்கள் கூட்டத்தில் சேர்த்துக் கொள்ளக்கூடியதாக மாத்திரமுமே இருக்கிறதே அல்லாமல் சமூகத்தில் அப்படிப்பட்டவர்களுக்கு (அதாவது அந்நிய மதத்தில் இருந்துவந்து சேர்ந்தவர்களுக்கு) எவ்வித உரிமையோ நிலைமையோ இருக்கிறது என்று சொல்ல முடியாமலே இருந்து வருகிறது.

இந்த 15 வருஷகாலமாக சுயமரியாதை இயக்கம் தோன்றி இக்குறைகளையும் கொடுமைகளையும் புரட்டுகளையும் முட்டாள்தனங்களையும் வெளியாக்கி கண்டித்து பிரசாரம் செய்து வந்ததின் பலனாகவே இந்தியர்களில் மகமதியரல்லாத மக்களை ஒன்றுசேர்க்கவும், மகமதிய சமூகத்துக்கு எதிர்நிற்கவும், இந்துக்கள் என்பவர்கள் இந்துமதத்தை விட்டு ஓடிப்போகாமல் இருக்கவுமே ஏதேதோ சில சில்லறை சீர்திருத்தங்கள் செய்து வருகிறார்கள். அவற்றில் சிலவேதான் தாழ்த்தப்பட்டவர்களுக்கு ஆலயப்பிரவேச உரிமை கொடுப்பது என்ற உணர்ச்சியும் சில சுதேச சமஸ்தானங்களில் ஆலயப்பிரவேச உரிமை அளித்து இருப்பதுமான காரியங்களும், சமுதாயத்துறையில் குழந்தை மணம் தடுப்பு சட்டமும், விதவை மணம் செல்லும் சட்டமும், பெண்கள் சொத்துரிமை சட்டமும், தாழ்த்தப்பட்ட மக்கள் என்பவர்களுக்கு கல்வி வசதி, ரோட்டில் நடக்கும் வசதி முதலிய சௌகரியங்கள் அரசியலின் மூலமாக செய்ததுமான காரியங்கள் ஆகும்.

இப்படி பல காரியங்கள் நடந்தாலும் இவை சமூக சீர்திருத்தமாகவோ மத சீர்திருத்தமாகவோ இல்லாமல் வெறும் அரசியல் காரியங்களுக்கும் இந்துக்கள் என்பவர்கள் வேறு மதத்துக்கு போகாமல் இருக்க வேண்டும் என்றும் எண்ணிக்கை பாதுகாப்புக்குமாக செய்யப்பட்டனவே ஒழியவேறில்லை.

குழந்தை மணத்தடுப்பு சட்டம், இந்துமதக்காரர்களால் மத தத்துவ நிபுணர்களால் மதப் பிரமுகர்களால் இன்னமும் ஒப்புக்கொள்ளப்படவில்லை. ஆலய பிரவேசமென்பதும் இன்னமும் இந்துமத தலைவர்களால், மதப் பிரமுகர்களால் ஒப்புக்கொள்ளப்படவே இல்லை.

திருவனந்தபுரம் ஆலயப்பிரவேசமானது திருவாங்கூர் கோயில்கள் இதுவரை மேல்ஜாதிக்காரர்கள் என்பவர்களுக்கு மாத்திரம் செல்ல உரிமை இருந்ததானது, இப்போது கீழ் ஜாதியாருக்கு மாத்திரம் செல்ல உரிமையுள்ள கோவில்களாக ஆக்கப்பட்டு விட்டது. அதாவது மேல்ஜாதியார்கள் கோவில்களை

பஹிஷ்கரித்து விட்டார்கள். அப்படி மீறி கோவில்களுக்கு சென்றுவந்த மேல் ஜாதியார்களை, மேல் ஜாதி சமூகத்தில் பஹிஷ்காரம் செய்கிறார்கள் என்பதோடு அவர்களை தாழ்ந்த ஜாதியார் என்பவர்களுக்கு பிரவேசமில்லாத கோவில்களில் விடப்படுவதுமில்லை. இதை பல பார்ப்பனப் பத்திரிகைகளில் அடிக்கடி பார்த்து வருகிறோம். ஆரம்ப முதல் நமக்கு இந்த சேதி தெரிவிக்கப்பட்டும் வந்திருக்கிறது.

இந்த விஷயங்கள் மத சம்பந்தமான வைதீகர்கள் உலகில் நடக்கின்றன என்பதாக மாத்திரம் சொல்லுவதற்கில்லாமல் அரசியல் உலகிலும் நடந்துவருவதை எவரும் மறுக்க முடியாது.

... ...

பார்ப்பனர்கள் மிக்க தந்திரசாலிகள் சூழ்ச்சிக்காரர்கள் ஆனதால் முஸ்லிம்களில் மௌலானா அபுல் கலாம் ஆசாத், தாவுத் ஷா, உபயத்துல்லா போன்ற ஆட்களை விளம்பரம் கொடுத்து பிரமாதப்படுத்தி அவர்களைக் கொண்டு முஸ்லிம்களின் முன்னேற்ற உணர்ச்சியை தடுக்க முயற்சிப்பதும், பார்ப்பனரல்லாதார்களில் தோழர்கள் காந்தியார், முத்துரங்கம், குப்புசாமி, சுப்பையா போன்றவர்களுக்கு விளம்பரம் கொடுத்து அவர்களைக் கொண்டு பார்ப்பனரல்லாதார், திராவிடர் முன்னேற்றத்தைத் தடுப்பதுமான சூழ்ச்சி செய்கிறார்கள். அது போலவே தாழ்த்தப்பட்ட மக்களிலும் யாரோ சிறிதும் ஊர், பெயர் தெரியாத ஆட்களை விலைகொடுத்து வாங்கி பிரமாதப்படுத்தி விளம்பரம் செய்து அவர்களைக் கொண்டே அச்சமூக முன்னேற்றத்தையும் தடுக்கிறார்கள்.

இந்த வேலைதான் இந்நாட்டு பார்ப்பனர்கள் அரசியல் விடுதலை காரியமாகவும் காங்கிரஸ் காரியமாகவும் செய்து வருகிறார்கள்.

இதை ஒழிப்பது என்பது இக்கொடுமைகளையும் சூழ்ச்சிகளையும் தடுத்து மக்கள் சமூகத்துக்கு உண்மையான முன்னேற்றம் ஏற்படும்படி செய்வது என்பது மிகமிக பிரயாசையான காரியமாய் இருப்பதோடு இக்காரியத்தை செய்வதற்கு எந்த மதத்திலும் எந்த ஜாதியிலும் முயற்சி இல்லை என்றும், எவ்வித ஸ்தாபனமும் இல்லை என்றும் சொல்ல வேண்டியிருக்கிறது.

முஸ்லிம் தோழர்கள் "இக்காரியங்களுக்காக முஸ்லிம் லீக்கு இருக்கிறது" என்று சொல்லவரக்கூடும். முஸ்லிம் லீக்கின் யோக்கியதை என்ன என்பது இம்மாகாண முஸ்லிம் லீக் தலைவரான தோழர் ஜமால் மகமது சாயபு அவர்கள் முஸ்லிம் லீக்கு எதற்காக இருக்கிறது என்று விளக்கியிருக்கும்

வாக்குமூலத்தில் விளங்கிவிட்டது. அதாவது "முஸ்லீம் லீக் என்பது நம்முடைய தேவைகளை அரசாங்கத்தாருக்கு விண்ணப்பித்துக் கொள்ள ஏற்படுத்தப்பட்ட ஸ்தாபனமே ஒழிய வேறல்ல" என்று சொன்னதாக சேதி வந்திருக்கிறது. அப்படியானால் முஸ்லிம் சமூகத்துக்கு – முஸ்லிம்களால் ஜீவாதாரமானதென்று கருதும் கொள்கைகளுக்கு ஆபத்தும் இடையூறும் ஏற்படும்படியாக மற்ற சமூகத்தாரோ, மதக்காரர்களோ செய்யும் தொல்லையில் இருந்து விடுபட முஸ்லிம்களுக்கு ஸ்தாபனம் எங்கே, மார்க்கம் எங்கே என்று கேட்காமல் இருக்க முடியவில்லை.

கனம் ஜமால் மகமது சாயபு கோடீஸ்வரர். அவரிடம் பார்ப்பனர் சதா பணம் பறிப்பவர்களாய் இருப்பதால் அவரை பொறுத்தவரை பார்ப்பனர்கள் அல்லது வேறு சில இந்துக்கள் என்பவர்கள் அவர் மகிழும்படியும் திருப்தி அடையும்படியும் நடந்துகொள்ளலாம். ஆனால் மற்ற முஸ்லீம்களின் கதி என்ன என்று யோசிக்க வேண்டாமா என்று கேட்கிறோம். எட்டு கோடி முஸ்லிம்களில் 100க்கு 99–தே முக்கால் பேர்களால் போற்றப்படும் ஜனாப் ஜின்னாவை இந்தப் பார்ப்பனர்கள் தோழர்கள் மோதிலால், ஜவகர்லால், மூஞ்சே போன்றவர்களும் மற்றும் காங்கரஸ் பார்ப்பனப் பத்திரிகைகளும் என்னமாய் கருதின? எவ்வளவு கேவலமாய் இழித்துக் கூறின? முஸ்லிம் சமூகத்தையே அவை எவ்வளவு அலட்சியமாய் பேசின? இவைகளை உணர்ந்தால் எப்படி ஒரு முஸ்லிம் காங்கரசினிடம் தயவு தாட்சண்யம் காட்டவோ பார்ப்பனருக்கு பரிந்துபேசவோ முடியும் என்று கேட்கின்றோம், சர். மகமது உஸ்மான் அவர்கள் பார்ப்பனர் ஜோதியில் இரண்டறக் கலந்துவிட்டது பற்றி நமக்கு ஆச்சரியமில்லை. ஆனால் கனம் ஜமால் மகமது சாயபு அவர்கள் பார்ப்பனக் கெஞ்சுதலுக்கு இணங்கினது பற்றி ஆச்சரியப்படுகிறோம்.

கனம் ஜமால் முகமது சாயபு தனித்தொகுதி வேண்டு மென்றவர். ஆனால் பொதுத் தொகுதி பேரால் 2 தடவை சட்டசபை எலக்ஷனுக்கு அதுவும் வியாபாரத் தொகுதியில் நின்று இரண்டு தடவையும் பார்ப்பனர்களாலேயே தோற்கடிக்கப்படவும் வரமுடியாமல் போகவும் செய்யப்பட்டவர். அப்படி இருந்தும் அவருக்கு பார்ப்பனர்கள் இடம் சலுகையாக இருக்குமானால் மற்ற முஸ்லிம்களுக்கோ நமக்கோ அந்த மகான் தன்மை சுலபத்தில் வரும் என்று அவரே எதிர்பார்ப்பது சிறிதும் நியாயமும் தருமமுமாகாது.

நிற்க. தற்கால தாழ்த்தப்பட்ட மக்கள் விஷயமும் அதுபோலவேதான் இருந்துவருகின்றது.

காங்கிரசில் இந்து முஸ்லிம் ஒற்றுமைத் திட்டம் எவ்வளவு முக்கியமாய் இருந்ததோ அது போலவே தீண்டாமை விலக்கு திட்டமும் தீண்டாதார் முன்னேற்றத் திட்டமும் இருந்து வருகின்றன.

இது தவிர பூனா ஒப்பந்தம் வேறு இருந்துவருகிறது. இப்படி இருந்தும் தாழ்த்தப்பட்ட மக்கள் விஷயத்தில் காங்கிரசு நடந்துவந்திருக்கும் யோக்கியதை திருச்சி ஜில்லா அரசியல் மகாநாட்டில் தோழர் சன்னாசிக்கு நடந்த மரியாதையும் தஞ்சை ஜில்லா அரசியல் மகாநாட்டில் நீடாமங்கலத்தில் தோழர்கள் தேவசகாயம், ரத்தினம், ஆறுமுகம் ஆகியவர்களுக்கு நடந்த மரியாதையும் கவனித்துப்பார்த்தால் எவருக்கும் நன்றாய் விளங்கிவிடும்.

தோழர் சன்னாசிக்கு சாப்பாடு தெருவில் துணியை விரிக்கச் சொல்லி இலையில் காய்கறி சாதம் வைத்துக்கொண்டு வந்து போட்டார்கள். இதை தோழர் சன்னாசியே தெரிவித்தார். எந்தக் காங்கரஸ்வாதியாலும் இது மறுக்கப்படவில்லை.

தஞ்சை மகாநாட்டில் பந்தியில் உட்கார்ந்து சாபிட்டதற்கு ஆக– தோழர்கள் தேவசகாயம், ஆறுமுகம், ரெத்தினம் ஆகியவர்களை உதைத்து தலைமொட்டை அடித்து சிரைத்து சாணிப்பால் ஊற்றி அபிஷேகம் செய்யப்பட்டிருக்கிறது. இது அவர்கள் ஸ்டேட்மெண்டுடன் உருவப் படத்தோடு வெளிப்படுத்தப்பட்டு இருக்கிறது. அக்காரியத்தில் சம்மந்தப்பட்ட யாரும் இதுவரை மறுக்கவே இல்லை. யாரோ ஒரு தோழர் சூசை என்பவர் மறுத்து இருக்கிறார். அவர் இதில் சம்மந்தபடவில்லை என்று அடிபட்டு மொட்டை அடிக்கப்பட்ட தோழர்கள் சொல்லுகிறார்கள். மற்றும் கட்டாயப்படுத்தி மிரட்டி கையெழுத்து வாங்கினதாக சொல்லப்படுவதும் மறுக்கப்படவில்லை.

மற்றும் சுமார் 20 பேர்கள் மொட்டை அடிக்கப்பட்ட சேதியையும் அவர்களது பெயர்களுடன் பத்திரிக்கைகளில் வெளிவந்ததையும் யாரும் மறுக்கவில்லை. இன்றும் இந்த 20 பேர்கள் தலை மொட்டையாய் இருப்பதை யாரும் பார்த்துக் கொள்ளலாம்.

இது எப்படியோ போகட்டும். இந்த விஷயமாக எந்த ஆதிதிராவிட மெம்பராவது கவலை எடுத்து இவர்களைக் கண்டு அல்லது வரவழைத்து விசாரித்தார்களா? இல்லவே இல்லை. அல்லது இந்த அடிபட்டு மொட்டை அடிக்கப்பட்ட ஆதிதிராவிட தோழர்கள் 20 பேர்களில் பகுதிக்கு கிறிஸ்தவர்களாகிற்றே, இந்த ஆதிதிராவிடர்களுக்கும் இவர்கள் முன் சந்ததியர்களுக்கும் ஞானம்

ஸ்நானம் கொடுத்து கிறிஸ்தவர்களாக ஆக்கிய பாதிரிமார்கள் இப்போது என்ன செய்கிறார்கள் என்று கேட்கிறோம். மற்றும் இந்தியாவில் இப்படிப்பட்ட கிறிஸ்தவர்களின் மொத்த எண்ணிக்கையை காட்டி உத்தியோகப் பங்கு பெற்ற கிறிஸ்தவ சமூக பிரமுகர்கள் என்ன செய்கிறார்கள் என்று கேட்கிறோம்.

இந்த மொட்டை அடித்து துன்புறுத்தி சாணி அபிஷேகம் செய்யப்பட்ட ஆட்களில் ஒருவராவது முஸ்லீமாய் இருந்திருந்தால் இன்று நீடாமங்கலமோ தஞ்சை ஜில்லாவோ சட்டசபையோ சர்க்கார் நிலையோ என்ன கதி ஆகியிருக்கும் என்று ஒரு நிமிஷம் யோசித்து பார்க்கும்படி வேண்டுகிறோம்.

ஆதிதிராவிடர்களை நாம் முஸ்லிம்களாக மாறிவிடும்படி இந்த இருபது வருஷகாலமாய் வெளிப்படையாய் சொல்லி வரும் காரணம் இதுவேயாகும். அவர்களது மோட்சத்தைப் பற்றியோ கடவுளது சன்மானத்தைப் பற்றியோ உண்மையில் நமக்கு சிறிதும் கவலையில்லை. அப்படி ஒன்று இருந்தால் அவரவர்கள் எண்ணங்கள் செய்கைகள் ஆகியவைகளுக்குகந்தபடி அவரவர்கள் அடைந்துதான் தீர்வார்கள், இல்லாவிட்டால் யாரும் அடையமாட்டார்கள். ஆனால் ஆதிதிராவிடர்கள் மனிதத்தன்மை பெற சுயமரியாதை அடைய இந்துக்களுடைய இம்மாதிரி கொடுமையிலிருந்தும் கிறிஸ்தவர்களுடைய இம்மாதிரி கோழைத்தனமும் கவலையற்ற தன்மையும் கொண்ட – சுயநலத்தில் இருந்தும் தப்ப ஆதிதிராவிடர்களுக்கு இன்று ஒரு வழிதான் இருக்கிறது.

அதாவது ஆதிதிராவிடர்கள் இந்துக்கள் என்பதிலிருந்தும் கிறிஸ்தவர்கள் என்பதிலிருந்தும் வெளிப்பட்டு முஸ்லிம்களாக மாறிவிடுவதுதான் உண்மையில் இந்த நீடாமங்கல அநீதிக்கு – அட்டூழியத்துக்கு சமாதானம் ஏற்படாத பட்சத்தில் மலையாளத்தைப் போலவே நமது நாட்டிலும் ஆதிதிராவிடர்களுக்கென்றே ஒரு பெரிய மதமாற்ற மாநாடு ஒன்று கூட்டி ஆயிரக்கணக்கான ஆதிதிராவிடர்கள் முஸ்லிம்களாக ஆக்கப்படுவதற்கு சீர்திருத்த – சமுதாய, சமத்துவ, புரட்சிகார வாலிபர்கள் முயற்சி எடுத்துக் கொள்ள வேண்டியது மிகமிக அவசியமும் அவசரமுமான கடமையாகும். இந்த நிலை ஏற்பட்ட பிறகுதான் மலையாள கோவில் கதவு திறக்கப்பட்டது.

நீடாமங்கல நிகழ்ச்சியை காங்கரஸ்கரர்கள் பொய்யாக்கி விடலாம். இதை வெளிப்படுத்தியதற்காக நமக்கு பல தொல்லைகளை விளைவிக்கலாம் அல்லது இதை வெளியாக்க உதவி செய்த ஆதிதிராவிடர்களுக்கு குடிஇருக்க வசதி இல்லாமல்

அடித்து விரட்டப்படலாம். அதைப் பற்றி நமக்கு கவலை இல்லை. நம்மைப் பொறுத்தவரை இந்நிகழ்ச்சி உண்மை என்றும் கல்லுப் போன்ற சூரிய வெளிச்சம் போன்ற, உண்மை என்றும் கருதி இருக்கிறோம். இதற்கு ஆதாரமாக இன்று 20 மொட்டைத் தலைகளும் இருந்து வருகின்றன.

ஆகவே நீடாமங்கல நிகழ்ச்சி சம்பந்தப்பட்ட ஆதிதிராவிட மக்கள் மாத்திரமல்லாமல் மற்றும் தமிழ்நாட்டில் உள்ள 'இந்து' 'கிறிஸ்தவ' ஆதிராவிட மக்களும் ஆங்காங்கு தனித்தனியே கூட்டம் கூட்டி சும்மா கண்டனத் தீர்மானம் செய்வதில் காலம் கடத்தாமல் இனி இம்மாதிரி அவமானம் கொடுமை ஏற்படாமல் இருப்பதற்கு நிரந்தரமான காரியமான விஷயத்தை பற்றி யோசித்து முடிவு செய்துகொள்ள வேண்டுமென்று அழுத்தமாய் வேண்டிக்கொள்கிறோம். மத வேஷத்தால் பிழைக்கும் சில ஆதிதிராவிட தோழர்கள் இதற்கு இடையூறு செய்வார்கள். அதைப் பற்றி சிறிதும் காதுகொடுக்காமல் கவனம் செலுத்தாமல் ஒரு தகுதியான முடிவுக்கு வரும்படி வேண்டிக்கொள்கிறோம்.

தலையங்கம், *குடிஅரசு*, 6-2-1938

3

நீடாமங்கலத்துக்கு 'நீதி'

நீடாமங்கலத்தில் 28–12–37இல் நடைபெற்ற காங்கிரஸ் காரர்கள் மகாநாட்டில் நடந்த சாப்பாட்டு பந்தியில் சில ஆதிதிராவிட கிறிஸ்துவ தோழர்கள் உட்கார்ந்து சாப்பிட்டதற்காக அவர்களை அடித்து தொந்தரவு செய்து மொட்டை அடித்து அவமானப்படுத்தியதாக 'விடுதலை'ப் பத்திரிகையில் வந்த சேதியை அம்மகாநாட்டை நடத்திய பிரமுகர்கள் பொய் என்று மறுத்ததுடன் அச்செய்தி வெளியானதால் தனக்கு மான நஷ்டம் ஏற்பட்டு விட்டதென்று 'விடுதலை'ப் பத்திரிகை பிரசுரிப்பவர் மீதும், ஆசிரியர் மீதும் டிப்டி மேஜிஸ்ரேட் கோர்ட்டில் பிராது கொடுத்திருந்ததும் அந்த வழக்கு சுமார் 4, 5 மாதமாக நடந்துவந்ததும் வாசகர்கள் அறிந்த விஷயமேயாகும். இந்த 4, 5 மாதமாக நடந்த வழக்கு சகல விசாரணையும் முடிந்த பிறகு இம்மாதம் 15ம்தேதி முடிவு கூறப்பட்டது. அம்முடிவானது விடுதலை பிரசுரிப்பவரான தோழர் ஈ.வெ. கிருஷ்ணசாமி அவர்களுக்கு ரூ. 200 அபராதமும் விடுதலை பத்திராதிபரான தோழர் பண்டித முத்துசாமிப் பிள்ளை அவர்களுக்கு ரூ. 200 அபராதமுமாக தண்டனை விதித்து முடிவு பெற்றுவிட்டது.

இந்த வழக்கின் முடிவு இப்படித்தான் முடியலாம் என்று ஏற்கனவே பலரால் எதிர்பார்க்கப் பட்டதென்றே சொல்லலாம். ஏனெனில் காங்கிரஸ் தலைவர்களால் நடத்தப்பட்ட நடவடிக்கைகள் எதுவாய் இருந்தாலும் அதைக் குற்றமானதென்று காங்கிரஸ் ராஜ்ஜியத்தில் ஒருவேலை காயமில்லாத நீதிபதியிடம் இருந்து நீதி பெற்றுவிடலாம் என்று யாரும் கருதமாட்டார்கள். காங்கிரஸ் பார்லிமெண்டரி செகரட்டரி என்பவர் பெட்டியேறி சரியாகவோ தப்பாகவோ ஒரு கட்சிக்குச் சார்பாய் சாட்சி சொல்லி இருக்கும்போதும் மற்றும் பல காங்கிரஸ் தலைவர்கள் என்பவர்களும் ஒரு கட்சிக்கு அனுகூலமாய் சாட்சி சொல்லியிருக்கும்போதும் ஒரு மேஜிஸ்ட்ரேட் நீதிபதி அதற்கு மாறாக முடிவு கூறுவதென்றால் இது சராசரி யோக்கியதையுள்ளவர் களிடம் எதிர்பார்க்கக்கூடாத காரியமேயாகும். ஆதலால்தான் இந்த முடிவு ஏற்கனவே பலரால் எதிர்பார்க்கப்பட்டதென்றே சொல்லவேண்டியதாயிற்று. இந்த முடிவினால் யாரும் கலங்கவோ அல்லது நீடாமங்கலம் தோழர்களுக்கு காங்கிரஸ்காரர்கள் செய்த கொடுமை உண்மையற்றதாய் இருக்குமோ என்று யாராவது சந்தேகப்படவோ வேண்டியதில்லை என்பதை முதலில் தெரிவித்துக்கொள்ளுகிறோம்.

எந்த தைரியத்தைக் கொண்டு அப்படிச் சொல்லுகிறோ மென்றால் நீடாமங்கலம் சம்பவம் நடந்ததாக *விடுதலை*, *குடிஅரசு* பத்திரிகைகளில் சேதி வந்தவுடன் அதன் உண்மையை விசாரிக்க சென்னை மாகாண தேவேந்திர வேளாள சங்கத்தார் உடனே ஒரு கூட்டம் கூடி இந்த விஷயத்தைப்பற்றி விசாரித்து முடிவு தெரிவிக்கும்படி ஒரு கமிட்டியை நியமித்து விட்டார்கள். அக்கமிட்டியில் சாதாரண ஆள்களை நியமிக்காமல் அச்சங்கத்தின் மாகாண பிரசிடெண்டான தோழர் எம். பாலசுந்தர்ராஜ் அவர்களையும் அச்சங்கத்தின் காரியதரிசி தோழர் வி. ஜயராஜ் அவர்களையும் அக்கமிட்டியின் பொருளாளரும் காங்கிரஸ் எம்.எல்.ஏ.யுமான தோழர் எஸ்.சி. பாலகிருஷ்ணன் அவர்களையும் தமிழ்நாடு காங்கிரஸ் கமிட்டி மெம்பரான தோழர் ஏ. அய்யனார் அவர்களையும் தோழர் ஜே. தேவாசீர்வாதம், தோழர் எஸ்.வி. அக்கினிமுத்து ஆகியவர்களையும் நியமித்தார்கள். அக்கமிட்டியார் பிப்ரவரி உ – மீ 6 நீடாமங்கலம் சென்று நீடாமங்கலத்திலும் அதன் சுற்றுப்புறங்களிலும் அநேக சாட்சிகளை முறைப்படி விசாரித்து சாட்சி பதிவு செய்து கவலையோடு ஆராய்ந்து பார்த்து முடிவு எழுதி அறிக்கை வெளியிட்டு இருக்கிறார்கள். அவ்வறிக்கையில் அவர்கள் குறிப்பிட்டிருப்பது என்னவென்றால் – இந்த கமிட்டியார் உடனே புறப்பட்டுபோய் நீடாமங்கலம் முதலிய சுற்றுப்பக்கங்களில் விசாரித்ததில் தாழ்த்தப்பட்ட

மக்களுக்கு செய்யப்பட்ட கொடுமைகள் உண்மையானது என்று தெரிந்தார்கள் என்பதாகவும் மற்றும் கட்டிவைத்து அடித்ததைப் பற்றியும் மொட்டை அடிக்கப்பட்டதைப் பற்றியும் சாணிப்பால் ஊற்றி அவமானப்படுத்தப்பட்டதைப் பற்றியும் பல பேர் சாட்சி சொன்னார்கள் என்றும் இதை மறைக்க பலர் முயற்சிப்பதாய் தெரிகின்றதென்றும் சொல்லி இருக்கிறார்கள்.

எனவே இந்த விஷயம் நடந்தது உண்மையா பொய்யா என்பதில் நமக்குச் சிறிதும் சந்தேகமில்லை என்பதோடு கோர்ட் நடவடிக்கையில் நியாயம் கிடைக்காததால் யாரும் கவலைப்பட வேண்டியதில்லை என்றும் தெரிவித்துக்கொள்கிறோம். ஷை கேஸ் சம்பந்தமான கோர்ட் ஜட்ஜ்மெண்டை நாம் பார்க்காததால் அதன் உள் விஷயங்களைப் பற்றி நாம் ஒன்றும் எழுத முற்படவில்லை என்றாலும் அந்த ஜட்ஜ்மெண்ட் எப்படிப்பட்டதாய் இருந்தாலும் நீடாமங்கலம் சம்பவம் சம்பந்தமாய் ஒரு முடிவுக்கு வருவதை அது தடுக்கவில்லை என்றே கருதுகிறோம்.

அதாவது தாழ்த்தப்பட்ட மக்கள் 'ஹிந்து' சமூகத்தில் ஒரு மனிதனாய் இருந்துகொண்டு மானத்துடன் வாழ முடியாது என்பதுடன் இம்மாதிரியான அவமானங்களுக்கும் பரிகாரம் தேடிக்கொள்ள முடியாது என்பதேயாகும். அவமானப்பட்டு, அடிபட்டு, உதைபட்டு, துன்பப்பட்ட ஆட்களில் கிறிஸ்துவர்கள் அதிகமாய் இருந்துங்கூட அவர்களுக்கும் நியாயம் கிடைக்க முடியவில்லை. ஆனால் இவர்கள் முஸ்லிம்களாய் இருந்து இப்படிப்பட்ட அவமானம் நடந்திருந்தால் இதற்குப் பரிகாரம் கிடைக்காமல் இருந்திருக்குமா என்பதை நீடாமங்கலம் ஆதிதிராவிட தோழர்கள் சிந்தித்துப் பார்க்கும்படி வேண்டிக்கொண்டு இதை இப்போது முடிக்கிறோம். மற்றவை ஜட்ஜ்மெண்ட் பார்த்த பிறகு விளக்குவோம்.

தலையங்கம், ***குடிஅரசு***, 19-6-1938

பின்னிணைப்பு V

நன்றி கெட்ட காந்தியாரும் காங்கிரசும்

சென்ற 28–12–37இல் நீடாமங்கலம் அரசியல் மஹாநாட்டில் சமபந்தி போஜனம் என்று போலி விளம்பரம் செய்தனர். அதை நம்பி ஆதிதிராவிட வாயில்லா பூச்சிகள் சில கலந்துகொண்டன. பறையர் என்ற பிறவியின் காரணமாக தேச விடுதலைக்கென உழைக்கும் காங்கிரஸ் சமபந்தி போஜனத்தில் அவர்கள் (பறையர்கள்) அடைந்த சன்மானத்தை பற்றி அறிவுள்ள ஆதிதிராவிடர்களின் உள்ளத்தில் உண்மை இரத்தக் கொதிப்பு ஏற்பட்டுள்ளதை யாரும் தடைபடுத்த முடியாது. இதை அறிந்த தேசபக்தர்கள் என்று சொல்லிக்கொள்பவர்களும் தோழர் காந்தி செட்டியார் அவர்களும் என்ன செய்கிறார்கள், செய்யப்போகிறார்கள்? இதைக் கேட்பாரில்லையா? சென்னை சட்டசபையில் வீற்றிருக்கும் கனம் வி.ஐ. முனுசாமி பிள்ளை மந்திரி முதல் தாழ்த்தப்பட்ட காங்கிரஸ் எம்எல்ஏக்கள் என்ன செய்யப்போகிறார்கள்? நடவடிக்கை எடுத்துக் கொள்வார்களா? அப்படி இல்லையேல் தங்களது ரூ.500, ரூ. 75 ஸ்தானங்களை ராஜினாமா செய்வார்களா? நடவடிக்கை எடுக்க வேண்டுமென்றுதான் தாழ்த்தப் பட்டவரால் எதிர்பார்க்கப்படுகிறது.

வட்டமேஜை மஹாநாட்டின்போது இந்து சமூகத்திலிருந்து தாழ்த்தப்பட்டவர்களைத் தனித் தொகுதிக்கு விட்டுக்கொடுக்க மாட்டேன் என்றும், கலப்புத் தொகுதியே செய்து தீருவேன் என்றும், சீமைக்குச் சென்று சுதந்திரம் வாங்கிக் கொடுக்கிறேன் என்று வெறுங்கையுடன் திரும்பிவந்த 'மகாத்மா' காந்தி செட்டியார், சுத்த வீரனாகத் தோன்றி தாழ்த்தப் பட்டவர்களுக்கு தனித்தொகுதிதான் வேண்டுமென்று

கேட்ட கனம் டாக்டர் அம்பேத்கார் அவர்களை மாயாஜலத்தினால் பட்டினிகிடந்து மயக்கவில்லையா? அதற்கான கங்காணிகளாய் தோழர்கள் ராஜகோபாலாச்சாரியார், எம்.சி. ராஜா, ஆர். சீனிவாசன் போன்றவர்கள் சென்னையிலிருந்து டாக்டர் அம்பேத்காரிருப்பிடம் சென்று தோழர் காந்தி செட்டியாருக்கு உயிர் பிச்சை வாங்கி கலப்புத் தொகுதியை உண்டாக்கும்படி செய்யவில்லையா? அவர்கள் எல்லாம் இன்று நீடாமங்கலம் சம்பவங்களுக்கு என்ன செய்யப் போகிறார்கள்? என்பதை எதிர்பார்க்கிறோம். இதுதான் ஆதிதிராவிடத் தலைவர்கள் கருணையுடன் கலப்புத் தொகுதிக்கு உயிர்பிச்சையளித்த நன்றியா? ஒரு நாயை அடித்தால்கூட நாயின் சொந்தக்காரனால் அடித்தவன் தண்டிக்கப்படுகிறான்! ஆனால் ஒரு பறை நாயை அடித்தால் ஒருவரும் கேட்பாரில்லையா? அந்தோ! என்னே தேசபக்தர்களின் கூற்று!

தீண்டாமை ஒழிப்பு விஷயமாய் சென்னையில் வைதீகக் குடுக்கைகளை அழைத்து யோசனை செய்த நம் தென்னாட்டு தேசபக்தர்கள், தென்னாட்டு காந்தி என்னும் ராஜகோபாலாச்சாரி அவர்களது யோசனையை எதற்கொப்பிடுவது? கசாப்புக்காரனிடம் ஆட்டுக்கடா உயிர்பிழைக்க கேட்டுக்கொள்வது போலல்லவா யிருக்கிறது. தேர்தல் காலத்தில் ஓட்டர்களிடம் பலவித வாக்குறுதிகள் செய்ததில் தீண்டாமை ஒழிப்பும் ஒன்று என்பது உலகமறிந்த விஷயம். தீண்டாமை ஒழிப்பு விஷயமாய் கனம் முதல் மந்திரியார் வைதீக்குடுக்கைகளை அபிப்ராயம் கேட்பதா? மஞ்சள் பெட்டியில் வாக்குகளை போட்ட ஓட்டர்களை அபிப்பிராயம் கேட்பதா? என்பதுதான் கேள்வி. ஆகவே இனி காங்கிரஸ் வாலாக்கள் வண்டவாளங்களையும் பசப்பு வார்த்தைகளையும் உபமான உபமேயக் கதைகளையும் மக்களுணர்ந்து விழித்துக் கொண்டார்கள். சுத்த ரத்தம் உள்ள ஆதிதிராவிட சங்கத்தான் ஒவ்வொருவனும் சுபிட்சமாய் வாழவேண்டுமானால் தனித் தொகுதி முறையே வேண்டுமென்றும் கலப்புத் தொகுதியை ரத்து செய்ய வேண்டுமென்றும் பொறுப்புள்ள கவர்ன்மெண்டாரிடத்து போராடி வெற்றிபெற முன்வர வேண்டும். பொதுத் தொகுதிக் கென்று அன்று பட்டினிகிடந்த ‘மகாத்மா’ காந்தி செட்டியார் இன்று நீடாமங்கலத்தில் ஆதிதிராவிடர்களை மானபங்கம் செய்ததைக் குறித்து பட்டினிகிடந்து நீதியை நிலை நாட்டுவாரா? என்றுதான் பொதுமக்கள் ஆத்திரத்துடன் எதிர்பார்க்கிறார்கள். இனியாகிலும் ஆதிதிராவிடர்களே! உஷாராயிருங்கள்.

டி. ஞானக்கண்

கட்டுரை, *ஆதிதிராவிடன்*
மறுவெளியீடு: *விடுதலை*, 14–1–1938

படங்கள்

தென்தஞ்சை ஜில்லா காங்கிரஸ் மாநாடு நடைபெற்ற ஏ.எஸ்.பி. ரெத்தினசபாபதி உடையாரது நீடாமங்கலம் மாளிகையின் எஞ்சிய முன்பகுதி

மாநாடு நடைபெற்ற இடம் (இன்றைய நிலை)

மாநாட்டு மதிய உணவின்போது தாழ்த்தப்பட்டோர் தாக்கப்பட்ட இடம்

ஏ.எஸ்.பி. ரெத்தினசபாபதி உடையார்   டி.கெ.பி. சந்தான ராமசாமி உடையார்

சிருங்கேரி சங்கராச்சாரியாருடன் டி.கெ.பி.எஸ். உடையார் இணையர்

வன்கொடுமை நடந்த காலத்தில்
'குடிஅரசு' இதழில் வெளியான படங்கள்

க. ஆறுமுகம்   கா. ரெத்தினம்

‘குடிஅரசு’ (6.2.1938) இதழ் முகப்பு

குடிஅரசு

1924-ல் ஸ்தாபிக்கப் பட்டது.

எப்பொருள் யார் யார் வாய்க்கேட்பினும்
அப்பொருள்
மெய்ப்பொருள் காண்பதறிவு.

ஞாயிறுதோறும் வெளிவரும்.
ஆசிரியர் ஈ. வெ. கிருஷ்ணசாமி.

எப்பொருளெத்தன்மைத்தாயிப்
அப்பொருள்
மெய்ப்பொருள் காண்பதறிவு.

மாலை 13. } ஈரோடு ஈசுவர-ஷு தை-மீ 24-உ (6—2-1938) } மலர் 25.

நீடாமங்கலத்தில் காங்கரஸ்காரர்களால்
மொட்டை அடிக்கப்பட்ட ஆதிதிராவிட தோழர்கள்.

ஆறுமுகம், ரெத்தினம், தேவசகாயம்,

க. ஆறுமுகம் *(முதுமைத் தோற்றம்)*

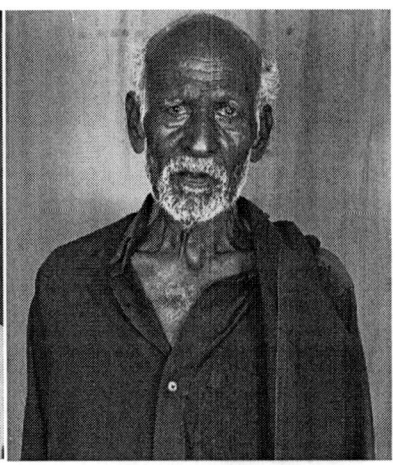

கா. ரெத்தினத்தின் உடன்பிறந்த தம்பி
கா. அப்பாசாமி
(முதுமைத் தோற்றம்)

இடமிருந்து: ஆ. சுப்பிரமணியன், எஸ். சின்னப்பன், கா. அப்பாசாமி,
நூலாசிரியர், ந. கவுதமன்,
குழந்தை தர்ஷன் (ஆ. சுப்பிரமணியன் அவர்களின் பேரன்)
(புகைப்படம்: நீடாமங்கலம், 7.3.2011)

நீடாமங்கலம் சுயமரியாதை இயக்கத் தலைவர் அ. ஆறுமுகம்

நினைவுக் கல்வெட்டு
(திராவிடர் கழகம்)

சான்றுக் குறிப்புகள்

1. C.J. Baker, *The Politics of South India 1920-1937*, 1976, p. 293.
2. E.Sa. Visswanathan, *The Political Career of E.V.Ramasamy Naicker*, 1983, p.183
3. Saroja Sundararajan, *March to Freedom in Madras Presidency 1916-1947*, 1989, pp. 508, 509.
4. *குடிஅரசு*, 9–5–1937, ப. 6, 19
5. மேலது
6. *குடிஅரசு*, 30–1–38, ப. 4
7. *குடிஅரசு*, 7–2–37, ப. 18
8. *குடிஅரசு*, 3–5–1937, ப. 11, *குடிஅரசு*, 11–7–1937, ப. 16
9. *குடிஅரசு*, 9–5–1937, ப. 10, 15
10. ஆ. திருநீலகண்டன், 'தாழ்த்தப்பட்டோர் முதல் இந்துக்கள் வரை' *காலச்சுவடு*, செப்டம்பர் 2004, ப. 30–33
11. *குடிஅரசு*, 25–3–1937, ப. 16
12. *குடிஅரசு*, 4–4–1937, ப. 11, குடி அரசு, 25–4–1937, ப. 9
13. *குடிஅரசு*, 4–4–1937, ப. 14, 15
14. Saroja Sundararajan, 1989, p. 519
15. *குடிஅரசு*, 14–11–1937, ப. 4, 17
16. Suniti kumar Ghosh, *India and the Raj 1919-1947: Glory, Shame and Bondage*, Vol.II, 1995, p. 102
17. Saroja Sundararajan 1989, p. 508
18. *குடிஅரசு*, 23–8–1936, ப. 5
19. E.Sa. Visswanathan, 1983, p. 185
20. மேலது
21. *குடிஅரசு*, 14–11–1937, ப. 10
22. *குடிஅரசு*, 18–7–1937, ப. 3

23. Saroja Sundararajan, 1983, p. 521
24. மேலது, ப. 508
25. குடிஅரசு, 26–12–1937, ப. 5, 6
26. குடிஅரசு, 14–11–1937, ப. 10
27. குடிஅரசு, 23–5–1937, ப. 15
28. குடிஅரசு, 7–3–1937, ப. 7, 8
29. குடிஅரசு, 4–4–1937, ப. 15
30. குடிஅரசு, 30–1–1938, ப. 4
31. குடிஅரசு, 25–4–1937, ப. 6, 19
32. குடிஅரசு, 9–5–1937, ப. 16, 19
33. குடிஅரசு, 30–8–1936, ப. 5
34. குடிஅரசு, 3–10–1937, ப. 9, 13
35. மேலது
36. குடிஅரசு, 26.12.1937, ப. 8, 9, 13, 14
37. மேலது
38. குடிஅரசு, 14–11–1937, ப. 4, 17
39. குடிஅரசு, 24–4–1938, ப. 9
40. குடிஅரசு, 8–1–1933, ப. 10
41. குடிஅரசு 27–6–1937, ப. 14
42. குடிஅரசு, 18–10–1936, ப. 21
43. குடிஅரசு, 1–8–1937, ப. 15
44. குடிஅரசு, 13–9–1936, ப. 6, 19
45. குடிஅரசு, 10–4–1938, ப. 2, 19, 20
46. குடிஅரசு, 20–12–1936, ப. 6
47. குடிஅரசு, 14–3–1937, ப. 14, 15
48. 17–5–1938 'மதராஸ் மெயில்' செய்தி, மறுவெளியீடு, குடி அரசு, 22–5–1938, ப. 15
49. குடிஅரசு, 26–6–1938, ப. 14
50. விடுதலை, 9–4–1938, ப. 2
51. குடிஅரசு, 27–12–1936, ப. 5
52. விடுதலை, 9–4–1938, ப. 2
53. விடுதலை, 30–1–1938, ப. 10, 11
54. விடுதலை, 9 (ப. 2), 11 (ப. 3), 15 (ப. 3), 18 (ப. 3)–4–1938
55. விடுதலை, 9–4–1938, ப. 2
56. குடிஅரசு, 27–12–1936, ப. 5
57. விடுதலை, 9–4–1938, ப. 2
58. குடிஅரசு, 4–7–1937, ப. 13

59. *குடிஅரசு*, 16–1–1938, ப. 11
60. *குடிஅரசு*, 2–1–1938, ப. 13–14
61. மேலது
62. *விடுதலை*, 9–4–1938, ப. 2
63. *விடுதலை*, 20–1–1938, ப. 2
64. *விடுதலை*, 11–4–1938, ப. 3
65. *விடுதலை*, 19–1–1938, ப. 1; *விடுதலை*, 26–1–1938, ப. 1
66. *விடுதலை*, 3–1–1938, ப. 2
67. *விடுதலை*, 26–1–1938, ப. 1
68. *விடுதலை*, 1–2–1938, ப. 3
69. *விடுதலை*, 3–1–1938, ப. 2
70. *விடுதலை*, 29–1–1938, ப. 1
71. *விடுதலை*, 3–1–1938, ப. 2
72. *விடுதலை*, 26–1–1938, ப. 1
73. *விடுதலை*, 19–1–1938, ப. 1
74. *விடுதலை*, 1–2–1938, ப. 3
75. *விடுதலை*, 29–1–1938, ப. 2, 3
76. *விடுதலை*, 26–1–1938, ப. 1
77. மேலது
78. மேலது
79. *விடுதலை*, 19–1–1938, ப. 1
80. *விடுதலை*, 2–2–1938, ப. 3
81. நேர்காணல்: கா. அப்பாசாமி, 7–3–2011, நீடாமங்கலம்
82. *விடுதலை*, 3–1–1938, ப. 2
83. *விடுதலை*, 15–4–1938, ப. 4
84. தகவல்: நீடாமங்கலம் ஆ. சுப்பிரமணியன் கடிதம் 8–10–09
85. *குடிஅரசு*, 30–1–1938, ப. 7
86. *விடுதலை*, 7–1–1938, ப. 3
87. *குடிஅரசு*, 9–1–1938, ப. 7, 14
88. *விடுதலை*, 14–1–1938, ப. 2
89. பொதுக்கூட்டம் குறித்த விளம்பரத் துண்டறிக்கையின் ஒளி நகல், 15–1–1938
90. *விடுதலை*, 17–1–1938, ப. 3
91. *விடுதலை*, 19–1–1938, ப. 1
92. மேலது
93. *விடுதலை*, 19–1–1938, ப. 1
94. *விடுதலை*, 17–1–1938, ப. 3

95 விடுதலை, 3-2-1938, ப. 3
96 தினமணி, 18-1-1938, செய்தி மறுவெளியீடு, குடிஅரசு, 30-1-1938, ப. 19
97 விடுதலை, 20-1-1938, ப. 2
98 விடுதலை, 26-1-1938, ப. 1
99 மேலது
100 குடிஅரசு, 30-1-1938, ப. 14
101 குடிஅரசு 30-1-1938, ப. 18
102 குடிஅரசு 30-1-1938, ப. 19
103 விடுதலை, 1-2-1938, ப. 3
104 மேலது
105 விடுதலை, 2-2-1938, ப. 3
106 மேலது
107 விடுதலை, 3-2-1938, ப. 3
108 மேலது
109 விடுதலை, 3-2-1938, ப. 3
110 மேலது
111 குடிஅரசு, 6-2-1938, ப. 3
112 விடுதலை, 18-4-1938, ப. 3
113 குடிஅரசு, 6-2-1938, ப. 2,19
114 குடிஅரசு, 6-2-1938, ப. 1,
115 மேலது, ப. 4, 17
116 குடிஅரசு, 30-1-1938, ப. 11
117 விடுதலை, 3-2-1938, ப. 3
118 குடிஅரசு, 20-2-1938, ப. 5
119 விடுதலை, 9-4-1938, ப. 2
120 விடுதலை, 15-4-1938, ப. 4
121 குடிஅரசு, 30-1-1938, ப. 10, 11
122 தினமணி, 21-1-1938, ப. 8 செய்தி மறுவெளியீடு, குடிஅரசு, 30-1-1938, ப. 10, 11
123 குடிஅரசு, 30-1-1938, ப. 10, 11
124 மேலது
125 தி இந்து, 26-1-1938, ப. 8, செய்தி மறுவெளியீடு, குடிஅரசு, 30-1-1938, ப. 10, 11
126 மேலது
127 விடுதலை, 10-2-1938, ப. 4
128 விடுதலை, 29-1-1938, ப. 2

129. *குடிஅரசு*, 30–1–1938, ப. 11
130. *விடுதலை*, 3–2–1938, ப. 3
131. *மேலது*
132. *குடிஅரசு*, 30–1–1938, ப. 18
133. *குடிஅரசு*, 16–1–1938, ப. 13
134. *விடுதலை*, 20–1–1938, ப. 2.
135. G.O.No.1593, Dated 11.10.1938 - Public Department - Miscellaneous
136. *மேலது*
137. *விடுதலை*, 12–2–1938, ப. 6
138. *விடுதலை*, 15–2–1938, ப. 2
139. *விடுதலை*, 29–1–1938, ப.2
140. *விடுதலை*, 3–4–1938, ப. 13
141. *குடிஅரசு*, 23–3–1937, ப. 15
142. *குடிஅரசு*, 19–6–1938, ப. 10
143. *விடுதலை*, 15–2–1938, ப. 2
144. *மேலது*
145. *குடிஅரசு*, 6–2–1938, ப. 12
146. *குடிஅரசு*, 22–5–1938, ப. 12
147. *மேலது*
148. *மேலது*
149. *குடிஅரசு*, 27–1–1938, ப. 3., *குடிஅரசு*, 22–5–1938, ப. 12
150. வே. ஆனைமுத்து (பதி), 'பெரியார் ஈ.வெ.ரா. சிந்தனைகள்', 1974, தொகுதி – 3, ப. 1610 – 1611
151. *குடிஅரசு*, 29–5–1938, ப. 15
152. *விடுதலை*, 11–1–1938, ப. 4
153. *விடுதலை*, 14–1–1938, ப. 2
154. *விடுதலை*, 3–2–1938, ப. 4
155. *விடுதலை*, 4–2–1938, ப. 3
156. *விடுதலை*, 12–2–1938, ப. 6
157. *விடுதலை*, 8–2–1938, ப. 4
158. *விடுதலை*, 8–3–1938, ப. 3
159. *விடுதலை*, 4–2–1938, ப. 3
160. *விடுதலை*, 9–2–1938, ப. 4
161. *விடுதலை*, 10–2–1938, ப. 1
162. *குடிஅரசு*, 13–2–1938, ப. 14
163. *விடுதலை*, 15–2–1938, ப. 4
164. *விடுதலை*, 18–2–1938, ப. 4

165 குடிஅரசு, 27–3–1938, ப. 7
166 குடிஅரசு, 23–1–1938, ப. 7
167 மேலது
168 விடுதலை 27–1–1938, ப. 3
169 மேலது
170 மேலது
171 விடுதலை, 29–1–1938, ப. 3
172 மேலது, (புகைப்படம்)
173 குடிஅரசு, 30–1–1938, ப. 9, 12,
174 மேலது, (புகைப்படம்)
175 விடுதலை, 1–2–1938, ப. 2
176 குடிஅரசு, 30–1–1938, ப. 10, 11
177 மேலது, ப. 11
178 மேலது, ப. 4, 17
179 மேலது, ப. 1
180 குடிஅரசு, 10–4–1938, ப. 1
181 ஜே. கயல்விழி தேவி, 'குடிஅரசு இதழ்க் கவிதைகள்', ப. 147–207.
182 விடுதலை, 3–2–1938, ப. 4
183 விடுதலை, 4–2–1938, ப. 3
184 விடுதலை, 5–2–1938, ப. 4
185 மேலது
186 குடிஅரசு, 6–2–1938, ப. 9
187 மேலது, ப. 12
188 குடிஅரசு, 30–1–1938, ப. 11
189 குடிஅரசு, 6–2–1938, ப. 10–12
190 மேலது, ப. 10
191 மேலது
192 மேலது
193 குடிஅரசு, 6–2–1938, ப. 12
194 மேலது
195 குடிஅரசு, 13–2–1938, ப. 15
196 விடுதலை,12–2–1938, ப. 6
197 குடிஅரசு, 13–2–1938, ப. 7, 13
198 மேலது, ப. 2,19
199 குடிஅரசு, 20–2–1938, ப. 5,15
200 மேலது, ப. 9

201. குடிஅரசு, 27-2-1938, ப. 13
202. குடிஅரசு, 6-3-1938, ப. 4, 17
203. குடிஅரசு, 27-2-1938, ப. 12
204. மேலது, ப. 11
205. விடுதலை, 8-3-1938, ப. 3
206. மேலது
207. குடிஅரசு, 13-3-1938, ப. 8, 14
208. மேலது, ப. 14
209. விடுதலை, 8-3-1938, ப. 3
210. விடுதலை, 7-3-1938, ப. 4
211. குடிஅரசு, 20-2-1938, ப. 4
212. விடுதலை பொன்விழா மலர், 15-11-1973, ப. 21
213. விடுதலை, 16-2-1938, ப. 2
214. விடுதலை பொன்விழா மலர், 15-11-1973, ப. 21
215. குடிஅரசு, 19-6-1938, ப. 4, 18
216. மேலது
217. குடிஅரசு, 13-3-1938, ப. 16
218. விடுதலை பொன்விழா மலர், 15-11-1973, ப. 21
219. மேலது
220. அமுதன் அடிகள், தமிழர் செல்வம், 1990 ப. 72, 109
221. குடிஅரசு, 6-2-1938, ப. 12
222. குடிஅரசு, 13-2-1938, ப. 10
223. குடிஅரசு, 30-1-1938 ப. 11
224. விடுதலை, 4-2-1938, ப. 3
225. குடிஅரசு, 20-2-1938, ப. 10-12
226. மேலது
227. விடுதலை, 11-1-1938, ப. 4
228. குடிஅரசு, 22-5-1938, ப. 14
229. குடிஅரசு, 10-7-1938, ப. 14
230. விடுதலை இதழ்கள், 9-4-1938, ப. 2, 11-4-1938, ப. 3, 15-4-1938, ப. 3, 18-4-1938, ப. 3
231. விடுதலை, 3-5-1938, ப. 2
232. விடுதலை பொன்விழா மலர், 15-11-1973, ப. 21
233. குடிஅரசு, 8-5-1938, ப.15
234. குடிஅரசு, 19-6-1938, ப. 12
235. மேலது, ப. 4, 18
236. குடிஅரசு, 6-2-1938. ப. 12

237. *குடிஅரசு*, 19-6-1938, ப. 18
238. *மேலது*
239. *மேலது*
240. *மேலது*
241. *குடிஅரசு*, 19-6-1938, ப. 10
242. *மேலது*, ப. 12
243. *விடுதலை பொன்விழா மலர்*, 15-11-1973, ப. 21
244. *குடிஅரசு*, 26-6-1938, ப. 17
245. *குடிஅரசு*, 3-7-1938, ப. 11
246. *குடிஅரசு*, 31--7-1938, ப. 1
247. *விடுதலை*, 15-8-2009
248. E.Sa. Visswanathan, 1983, p. *201*
249. மா. இளஞ்செழியன், 'தமிழன் தொடுத்த போர்', இரண்டாம் பதிப்பு, பெரியார் சுயமரியாதைப் பிரச்சார நிறுவனம் சென்னை 1986 ப. 81, 82
250. E.Sa. Visswanathan, 1983, p. *274*
251. *விடுதலை*, 3-6-1943, ப. 4
252. *குடிஅரசு*, 2-1-1938, ப. 13, 14

துணைநூற் பட்டியல்

நூல்கள்

அமுதன் அடிகள். 1990: தமிழர் செல்வம், சர். ஏ.டி. பன்னீர் செல்வம், தமிழ் இலக்கியக் கழகம், திருச்சி.

ஆனைமுத்து, வே. (பதி.ஆ), 1974: *பெரியார் ஈ.வெ.ரா. சிந்தனைகள்*, தொகுதி 3, சிந்தனையாளர் கழகம், திருச்சி 2.

இராசு, செ. புலவர், (பதி.ஆ), 1987, *தஞ்சை மராட்டியர் கல்வெட்டுக்கள்*, தமிழ் பல்கலைக்கழகம், தஞ்சாவூர்.

இளஞ்செழியன், மா., 1986, *தமிழன் தொடுத்த போர்*, பெரியார் சுயமரியாதை பிரச்சார நிறுவனம், சென்னை.

கயல்விழி, ஜே., 1999, *'குடிஅரசு' இதழ்க் கவிதைகள்*, மணிமேகலை பிரசுரம், சென்னை.

ராஜதுரை, எஸ்.வி., & கீதா, வ., 1996 *பெரியார்: சுயமரியாதை சமதர்மம்*, விடியல் பதிப்பகம், கோவை.

Baker, Christopher John;1976, *The Politics of South India 1920-1937*, Vikas Publishing House, Bombay.

Hutton, J.H., 1983, *Caste in India*, Oxford University Press, New Delhi.

Saroja Sundararajan, 1989, *March to Freedom in Madras Presidency (1916-1947)*, Lalitha Publications, Madras.

Suniti Kumar Ghosh, 1995, *India and the Raj, 1919-1947: Glory, Shame and Bondage*, Volume II.

Visswanathan, E.Sa., 1983, *The Political Career of E.V. Ramasamy Naicker*, Ravi & Vasanth Publishers, Madras.

இதழ்கள்

விடுதலை

குடிஅரசு

தலித் முரசு, அக்டோபர், நவம்பர், 2001

விடுதலை பொன்விழா மலர் 1973

காலச்சுவடு, செப்டம்பர், 2004

சிந்தனையாளன் பொங்கல் மலர், 2007

நேர்காணல்கள்

கா. அப்பாசாமி, பழைய நீடாமங்கலம்

ஆ. சுப்பிரமணியன், நீடாமங்கலம்

கோ. தங்கராசு, இராசகிரி